12 BẢN
THE FEDERALIST

NHỮNG KIỆT TÁC LUẬN VỀ HIẾN PHÁP HOA KỲ
VÀ CHÍNH QUYỀN CỦA DÂN, DO DÂN VÀ VÌ DÂN

Alexander Hamilton,
James Madison,
John Jay

Phạm Hồng Sơn
dịch

Vũ Tường
giới thiệu

Nhân Ảnh
2025

Trung Tâm Nghiên Cứu
Việt-Mỹ

12 BẢN THE FEDERALIST
***Phạm Hồng Sơn** dịch*

Nhân Ảnh & Trung Tâm Nghiên Cứu Việt-Mỹ
Xuất bản 2025
Bìa: Uyên Nguyên Trần Triết
ISBN: 9798348194550

MỤC LỤC

LỜI GIỚI THIỆU

Trung Tâm Nghiên Cứu Việt-Mỹ hân hạnh giới thiệu với bạn đọc công trình dịch thuật xuất sắc của ông Phạm Hồng Sơn với nhan đề "12 Bản The Federalist: Những Kiệt tác luận về Hiến Pháp Hoa Kỳ và chính quyền của dân, do dân và vì dân." Đây là tuyển tập từ những bài viết quan trọng nhất được xuất bản trong năm 1787-1788 của Alexander Hamilton, James Madison, và John Jay, là ba người trong số những nhà lập quốc của Hoa Kỳ. Những bài viết này, gọi chung trong tiếng Anh là "The Federalist" hoặc "The Federalist Papers" (FP), giúp chúng ta hiểu thêm tư duy của những nhà lập quốc Hoa Kỳ và căn bản lý luận của những thể chế làm nền tảng cho chế độ dân chủ Mỹ.

Khi Liên bang Mỹ ra đời từ sự hợp thành của 13 tiểu bang, diện tích nhỏ, dân số ít, của cải và sức mạnh còn thua các cường quốc châu Âu thời đó như Anh và Pháp. Không kể các chế độ dân chủ thời cổ đại và trung đại, chế độ dân chủ Mỹ thuộc loại chế độ dân chủ hiện đại ra đời sớm nhất trên thế giới. Nó có rất nhiều khiếm khuyết và đã gặp vô số thử thách trong gần 250 năm qua, nhưng vẫn tồn tại và còn là hình mẫu, niềm hứng khởi cho nhiều quốc gia khác ra đời sau nó. Sức sống của nó (so sánh với chế độ Cộng sản ở Liên bang Xô viết chỉ tồn tại được 74 năm) chứng minh phần nào tầm nhìn xa của các nhà lập quốc và mô hình thể chế do họ thiết kế.

Dĩ nhiên các nhà lập quốc Mỹ không phải đều đồng ý với nhau về mọi chuyện. Ngoài việc chống lại Anh để thành lập một quốc gia độc lập và một chính quyền cộng hòa, họ tranh cãi với nhau về vô số vấn đề, từ việc phân chia chủ quyền giữa chính phủ liên bang và tiểu bang cho đến việc cân bằng quyền lực giữa hành pháp, lập pháp, và tư pháp. Bất đồng về những thể chế của nền cộng hòa và quyền lực dành cho chính quyền liên bang là lý do chính khiến Alexander Hamilton, James Madison, và John Jay viết *The Federalist Papers* để lôi kéo những nhà lập quốc khác và cả công chúng ủng hộ cho lập trường của họ.

Qua tập hợp các bài viết ta có thể hình dung cách họ hiểu về những khó khăn trong việc thiết kế một chính quyền cộng hòa cũng như những nguyên tắc và phương pháp lý luận làm nền tảng cho thiết kế của họ. Khác với chính quyền quân chủ, chính quyền cộng hòa là một chính quyền do dân bầu ra và để phục vụ lợi ích dân chúng. Nhưng làm thế nào để chính quyền này thực sự phục vụ dân chúng mà không bị biến chất thành công cụ phục vụ lợi ích của những người cầm quyền hay của một phe đảng trong xã hội? Câu hỏi này dẫn họ đến những giả định về bản chất con người, như Paper số 51 viết,

> "Nhưng bản thân chính quyền là gì nếu không phải là suy tư vĩ đại nhất về bản thể người? Nếu con người là thiên thần, chính quyền sẽ thừa. Nếu thiên thần quản trị con người, các phương tiện kiểm soát chính quyền, cả trong lẫn ngoài, đều không cần. Nhưng khi phải thiết kế một chính quyền để con người quản trị con người thì nan giải lớn nhất nằm ở đây: đầu tiên phải tạo điều kiện để chính quyền kiểm soát được người bị trị; tiếp theo là phải buộc được chính quyền tự kiểm soát chính nó."

Giả định của các tác giả là con người không phải thiên thần, và về bản chất con người có tốt có xấu tuỳ theo hoàn cảnh: "lòng kiêu hãnh" và "đức hạnh" (FP 66) xen lẫn với hành vi "điên khùng, độc ác" (FP 78) và xu hướng bè phái dẫn đến "hằn thù lẫn nhau" (FP 10). Vì vậy, thể chế chính trị phải được thiết lập sao cho cái tốt được khuyến khích và cái xấu, dù không bao giờ hoàn toàn tránh được nó, bị hạn chế tối đa. Mục tiêu cao nhất là tự do của xã hội nói chung phải được bảo vệ, và công lý phải được duy trì.

Để đạt được mục tiêu đó, nguyên tắc lớn nhất, quan trọng nhất trong việc thiết kế chính quyền của dân, do dân và vì dân là nguyên tắc cân bằng, đối trọng, kềm chế quyền lực bằng chính quyền lực. Các quyền lực cơ bản thuộc về nhà nước như lập pháp, hành pháp, và tư pháp cần phải phân chia cho những cơ quan khác nhau, và cấu trúc của các thể chế phải cân bằng chúng bằng cách này hay cách khác. Một ví dụ rõ nét nhất trong tư duy này là đoạn lập luận sau đây về ngành tư pháp:

> "Bất cứ ai tìm hiểu kỹ càng quyền lực của các bộ phận khác đều phải nhận thấy, rằng, trong một chính quyền có sự chia tách giữa các quyền lực, tư pháp, do chức năng của nó, luôn luôn là bộ phận ít nguy hiểm nhất cho các quyền chính trị của Hiến Pháp; bởi vì khả năng quấy nhiễu hay đả thương các quyền này của nó là yếu nhất. Bộ phận hành pháp không chỉ ban phát danh phẩm[1] mà còn thủ đắc cả lưỡi gươm trừng phạt chung[2]. Bộ phận lập pháp không chỉ điều hành túi tiền mà còn chỉ định các phép tắc điều chỉnh nghĩa vụ và quyền lợi của mọi công dân. Bộ phận tư pháp, ngược lại, chẳng có ảnh hưởng gì tới lưỡi gươm hay hầu bao; cũng chẳng được có ý kiến gì tới sức mạnh hay của cải của xa hội; và cũng chẳng thể làm ra một quyết nghị gì. Thực sự có thể nói rằng tư pháp chẳng có LỰC cũng chẳng có CHÍ, chỉ có mỗi quyền phán xét; và, buộc phải có trợ lực của hành pháp để các phán xét có hiệu lực.
>
> Cách nhìn đơn giản này gợi ra một số điểm quan trọng sau đây. Nó chứng tỏ rõ, rằng tư pháp, chẳng cần so sánh, là yếu nhất trong ba bộ phận quyền lực (1); rằng tư pháp

1. Ý muốn nói chức vụ, bổng lộc.

2. Ý muốn nói cảnh sát, nhà tù.

> không bao giờ có thể tấn công nổi hai bộ phận kia; và rằng mọi sự quan tâm cần có là phải giúp cho nó có khả năng tự vệ trước các tấn công của hai bộ phận kia… (2). Và cách nhìn đơn giản đó, cuối cùng, chứng minh rằng tự do không có điều gì phải e ngại một mình tư pháp, song sẽ phải luôn coi chừng sự liên kết của nó với các bộ phận khác; rằng do mọi đe dọa của một liên kết như thế đều là do sự lệ thuộc của bộ phận trước vào các bộ phận sau bất kể chúng đã được chia tách rõ và đúng; rằng do sự yếu ớt tự nhiên, tư pháp luôn luôn bị tổn thương do các chèn ép, dọa dẫm, tác động của hai nhánh đồng nghiệp; và rằng do không điều gì có thể tăng cường cho sự cả quyết và độc lập của tư pháp bằng sự thường trực nắm quyền – vì vậy phẩm tính này phải được coi là một thành tố nền tảng trong cấu trúc tư pháp, và, ở mức độ lớn hơn, phải được coi là thành trì cho công lý và an ninh công cộng." (FP 78)

Do lập luận về sự cần thiết của tư pháp nhưng cán cân quyền lực thiên về hành pháp và lập pháp, các tác giả cho rằng thẩm phán trong ngành tư pháp cần có "nhiệm kỳ thường trực" (tức là suốt đời) để họ dễ giữ được sự độc lập đối với hai nhánh kia. Nguyên tắc cân bằng, đối trọng, và kềm chế quyền lực bằng chính quyền lực này theo tôi là nguyên nhân chính thể chế cộng hòa (không chỉ của Mỹ mà của cả các nước dân chủ khác) bảo vệ được quyền tự do cho nhân dân và giữ được sự ổn định tương đối trên nền một xã hội luôn thay đổi.

Nhưng các tác giả của FP không chỉ quan tâm đến việc kiểm soát quyền lực của chính quyền mà còn chú trọng đến thực tế công việc hàng ngày của nhà chính trị, dân biểu, người làm chính sách, và công chức nhà nước. Họ luôn đặt những yếu tố này lên bàn cân để đánh giá thể chế nhà nước, với mục tiêu tạo ra động lực làm việc cho viên chức chính quyền và sự ổn định tương đối của nhà nước.

Một thí dụ rõ nhất cho việc này là khi họ bàn về nhiệm kỳ khác nhau của các cơ quan dân cử. Bầu cử định kỳ là tuyệt đối cần thiết nhưng không đủ:

> "Vì điều cốt yếu cho tự do là chính quyền về tổng quát phải có cùng lợi ích với nhân dân, vậy điều cực kỳ cốt yếu là [Hạ Viện] phải lệ thuộc trực tiếp vào, và phải có sự đồng cảm mật thiết với nhân dân. Đương nhiên, bầu cử định kỳ là phương tiện duy nhất để sự lệ thuộc và đồng cảm này được đảm bảo đầy đủ. Nhưng thường kỳ ở mức nào để có thể tuyệt đối đảm bảo đạt được mục đích này lại tỏ ra không thể định được chính xác, và còn bị lệ thuộc vào nhiều yếu tố liên đới khác." (FP 52)

Trong điều kiện lịch sử, với kinh nghiệm của thế giới và của các tiểu bang trước khi độc lập, các tác giả kết luận là Hạ nghị sĩ cần phải được bầu lại trong 2 năm thay vì 1 năm. Nếu lâu hơn thì họ dễ bị xa dân. Nếu ngắn hơn thì họ không có đủ thời gian để đi lại khắp nơi trên toàn quốc, để tích lũy kiến thức về ngoại giao, và để hiểu biết những phức tạp của công việc làm luật (FP 53). Đối với các tác giả của FP, một chính quyền tốt đòi hỏi không chỉ lòng trung thành với mục đích phục vụ nhân dân mà còn đòi hỏi hiểu biết để có thể đạt được mục đích đó một cách tốt nhất (FP 62).

Dù vậy, thời gian 2 năm vẫn không đủ cho các Hạ nghị sĩ có được "hiểu biết đầy đủ các đối tượng và nguyên tắc của pháp luật," vì "phần lớn họ phải từ bỏ các mưu cầu cá nhân để đảm trách việc công trong một thời gian ngắn và không có động cơ thường trực để tận hiến thời gian nghỉ ngơi vào việc trau dồi, tìm hiểu pháp luật, công việc và các lợi ích đầy đủ của đất nước" (FP 62). Vì vậy các tác giả cho rằng Thượng Viện là cần thiết, và Thượng nghị sĩ nên có nhiệm kỳ lâu hơn. Trong khi Hạ Viện cần gần dân nên Hạ nghị sĩ cần phải được bầu lại thường xuyên hơn, Thượng Viện cần để đại diện cho các tiểu bang trong Liên bang và để tăng tính ổn định của chính quyền và luật lệ, nên Thượng nghị sĩ cần có nhiệm kỳ dài hơn.

Trên đây chúng tôi chỉ trình bày tóm lược vài nét mấu chốt của tư duy thiết kế thể chế cộng hoà trong FP, qua 12 bản do ông Phạm Hồng Sơn chọn dịch. Đó là quan điểm thực tế về bản chất con người, nguyên tắc phân chia, cân bằng, và kiểm soát quyền lực bằng chính quyền lực, và sự quan tâm đến thực tế công việc nhà nước cũng như tri thức và động lực làm việc của viên chức chính quyền. Những điều trên không bao giờ cũ dù đã được viết ra mấy trăm năm trước. Còn rất nhiều lập luận hay và ý tưởng thú vị trong sách nhưng không thể trình bày hết ở đây.

Chúng ta biết ơn ông Phạm Hồng Sơn đã chuyển ngữ công trình lý luận quan trọng về thể chế cộng hòa này sang tiếng Việt. Đây rõ ràng là một đề tài khá khô khan, đôi khi hàn lâm. Thêm nữa, những tên người và địa phương xa lạ, và nhiều từ ngữ trong tiếng Anh không có tương đương trong tiếng Việt có thể làm độc giả nản chí. Thách thức rất lớn cho dịch giả, nhưng tôi tin ông Sơn đã thành công trong việc giữ gìn được tinh thần và tính chính xác trong lập luận của các tác giả trong bản dịch.

Chúng tôi hy vọng bản dịch này sẽ được đón chào bởi những người quan tâm đến vấn đề xây dựng dân chủ hay thể chế cộng hòa ở Việt Nam. Chúng tôi cũng mong tác phẩm sẽ được dùng trong các môn học trong khoa Chính trị và Chính sách công tại các trường đại học ở Việt Nam. Cần phải thấy là giá trị của tác phẩm này không chỉ cho những người quan tâm đến dân chủ hay thể chế cộng hòa. Chúng tôi tin chính những người cộng sản, dù là kẻ thù của những nguyên tắc cộng hòa, cũng có thể hưởng lợi từ tư duy và lập luận của các nhà lập quốc Mỹ.

Một ví dụ là FP 70 với phần thảo luận về vấn đề cơ quan hành pháp nên do 1 cá nhân hay một hội đồng điều hành tập thể. Tác giả Alexander Hamilton chỉ ra những khiếm khuyết nghiêm trọng của cơ chế điều hành tập thể như sau:

> "[Ngoài sự bất đồng có thể dẫn đến trì trệ] một trong những lý do mạnh nhất chống lại [mô hình hội đồng trong] Hành Pháp ... là mô hình này có thiên hướng che giấu sai lầm và phá hủy trách nhiệm...[T]ăng số lượng người trong Hành Pháp sẽ làm tăng khó khăn cho việc dò tìm sai phạm...
>
> Trong các sai phạm chung, thường không thể xác định ai là kẻ phải chịu chỉ trích hoặc trừng phạt cho một hoặc nhiều chính sách tồi. Trách nhiệm sẽ được chuyển hết sức khéo léo từ người này sang người kia, và với các bộ dạng hợp lý như thế, dư luận không thể tìm được tác giả thực sự. Các chi tiết đã đưa tới sai lầm hoặc tai họa cho quốc gia đôi khi hết sức phức tạp, giả như trong đó có một số người đã can dự ở những mức độ khác nhau và với các tính chất khác nhau, nhưng dù chúng ta có thể biết rõ, về tổng thể, là có một sự điều hành sai lạc, chúng ta không thể tuyên bố ai sẽ phải lĩnh trách nhiệm thực sự cho việc tồi tệ đã xảy ra.
>
> ...[K]hi quyền lực được đặt vào tay một số rất ít người cũng tức là chấp nhận khả năng sẽ có một kẻ mưu mẹo dễ dàng thâu tóm được quyền lợi và ý muốn của tất cả vào một âm mưu chung nào đó, và quyền lực sẽ trở nên dễ bị lạm dụng, và nguy hiểm hơn so với khi được trao vào tay một người; người này, do hoàn cảnh đơn độc, sẽ bị theo rõi chặt chẽ hơn và nhanh chóng bị cảnh giác, và người này sẽ không thể qui tụ được ảnh hưởng quá lớn kể cả khi liên kết được với những người khác.... [Thêm nữa,] lương bổng cho các thành viên hội đồng, những người buộc phải rời nhà đến sống ở nơi đặt trụ sở chính quyền, sẽ làm cho danh sách

chi tiêu công đã quá nặng lại phải cõng thêm một khoản lớn mà ích lợi của nó còn khá mù mờ."

Khi đọc đoạn này chúng tôi không thể không liên tưởng đến những căn bệnh cố hữu của cơ chế quyết định tập thể của đảng ủy của đảng Cộng sản với chức năng là những cơ quan Hành pháp. Căn bệnh này tồn tại không chỉ ở Việt Nam mà còn ở các nước cộng sản khác, nhưng kinh nghiệm riêng của Việt Nam thôi cho thấy vấn đề che dấu trách nhiệm cá nhân trong các quyết định tập thể là rất hệ trọng. Khi bị chỉ trích về những thất bại trong chính sách kinh tế xã hội của Việt Nam, cựu Thủ tướng Phạm Văn Đồng thường than rằng ông ta chẳng có quyền gì!

Mặt khác, cơ chế tập thể không ngăn cản được tình trạng Bí thư đảng nào đó "mưu mẹo" chuyên quyền, khuynh loát cả đảng ủy. Điều này đã xảy ra nhiều ở cả cấp cao nhất là Bộ Chính trị của các đảng cộng sản, thường bị một hay hai lãnh tụ khuynh loát (Stalin ở Liên Xô, Mao Trạch Đông ở Trung Quốc, Kim Nhật Thành ở Bắc Hàn, Lê Duẩn-Lê Đức Thọ và mới đây nhất là Nguyễn Phú Trọng rồi Tô Lâm ở Việt Nam). Hiện tượng cả đảng ủy bị kỷ luật xảy ra rất thường xuyên gần đây ở Việt Nam phải chăng thực chất là tình trạng phần lớn các ủy viên câu kết với Bí thư để tham nhũng. Chi phí khổng lồ để nuôi bộ máy hành chính-đảng tốn kém là một vấn đề nữa cần phải cân nhắc. Vì vậy, chúng tôi trân trọng giới thiệu bản dịch này cho các giáo sư và sinh viên trong các trường Đảng ở Việt Nam, đặc biệt trong Khoa Xây dựng đảng và Khoa Nhà nước và Pháp luật.

Vũ Tường

Giám đốc, Trung tâm Nghiên Cứu Việt-Mỹ

Đại học Oregon

Lời tựa

Năm 2025 sẽ là tròn nửa thế kỷ toàn đất nước Việt Nam, cả Nam lẫn Bắc, phải nằm dưới sự cai trị của chế độ toàn trị cộng sản do Đảng Cộng Sản Việt Nam (ĐCSVN) thống trị. Tới nay, ý kiến dẫu khác biệt đến đâu, do nhận thức hay do quyền lợi trì kéo, một sự thật không thể phủ nhận: đất nước đã bị đặt vào một tình thế cam go cho chủ quyền độc lập trước âm mưu thôn tính của Trung Cộng; môi trường sống ngày càng băng hoại ở cả vật chất lẫn tinh thần.

Đối mặt với thực trạng đen tối này có hai cách lựa chọn hoàn toàn trái ngược nhau. Một, lợi dụng sự suy đồi của chế độ chính trị để vơ vét, tích trữ của cải nhằm đưa gia tộc trốn chạy dần ra các nước dân chủ phương Tây. Hai, cố gắng làm những việc có thể nhằm thay đổi, đào thải chế độ chính trị phản động hiện thời.

Đại diện cho những người Việt Nam chọn cách đầu tiên chính là tầng lớp lãnh đạo của ĐCSVN bởi họ là những kẻ có điều kiện hiểu và biết rõ nhất những toan tính, chủ xướng độc ác, phản động của ĐCSVN đối với đất nước và chính họ cũng là những kẻ có khả năng tham nhũng, đục khoét, vơ vét công quĩ nhiều nhất.

Lựa chọn thứ hai là sự dấn thân của những người vẫn khát khao và hy vọng mang lại cho đất nước Việt Nam một giải pháp chữa trị: chế độ chính trị có tên gọi chung là Dân Chủ.

Con đường đi tới dân chủ cho Việt Nam, có thể dài hay ngắn, cần tối thiểu hai thứ: lòng quả cảm và sự hiểu biết về Dân Chủ. Lòng quả cảm, như lịch sử Việt Nam luôn chứng tỏ, như sự hiện diện thường trực của những người chống lại chế độ độc tài cộng sản, không phải là thứ quá thiếu đối với người Việt Nam chúng ta. Song, sự hiểu biết về Dân Chủ là điều chúng ta đang thiếu, bởi hai lý do: Thứ nhất, trong (ít nhất) nửa thế kỷ qua chúng ta đã bị chính quyền cộng sản ngăn cấm tiếp cận những kiến thức, hiểu biết về Dân Chủ; Thứ hai, Dân Chủ không chỉ nói đến một hệ thống chính quyền phức tạp mà còn là một hệ tư tưởng có nguồn gốc xa xưa với những biến đổi, tiến hóa, thích nghi không ngừng theo thời gian của toàn nhân loại. Để hiểu và ứng dụng Dân Chủ vào thực tế luôn là những vấn đề có tính thời sự ngay tại các nước dân chủ tiến bộ nhất.

Cuốn sách quí vị đang cầm trên tay là một mong mỏi muốn được đóng góp một phần vào việc tăng cường sự hiểu biết về Dân Chủ cho người Việt Nam chúng ta. Đây là bản dịch tiếng Việt 12 bài luận trong số 85 bài có tên chung là *The Federalist*. *The Federalist* nguyên thủy là các bài báo có tính bút chiến, trong khoảng cuối năm 1787 tới giữa năm 1788, nhằm mục đích thuyết phục cử tri của tiểu bang New York tán thành bản dự thảo Hiến Pháp của toàn Liên Bang sau khi nước Mỹ giành được độc lập từ hoàng gia Anh. Những bài viết này được thực hiện bởi ba chính trị gia hàng đầu nước Mỹ khi đó, Alexander Hamilton, James Madison và John Jay, dưới cùng một bút danh Publius (như thông tục ẩn danh thường thấy của giới cầm viết đương thời).

The Federalist đã trở thành một kiệt tác chính trị - luận về chính quyền dân chủ - chính quyền đảm bảo cho con người vừa có an ninh vừa được tận hưởng các quyền tự do không thể tước đoạt như lý tưởng của các nhà lập quốc Mỹ. Theo đánh giá của Thomas Jefferson, người chấp bút cho Tuyên Ngôn Độc Lập Hoa Kỳ, «*The Federalist... là khảo luận tốt nhất từ trước tới nay bàn về các nguyên lý của chính quyền.*» [1] Kể từ khi xuất hiện, *The Federalist* đã cuốn hút học giới chính trị trên thế giới, được dịch ra nhiều thứ tiếng. Bản dịch tiếng

1. Thư Thomas Jefferson, đề ngày 18 tháng Mười Một 1788, gửi James Madison.

Pháp được ấn hành tại Paris chỉ 4 năm sau khi *The Federalist* xuất hiện tại Mỹ. Sang thế kỷ 21, học giới chính trị tại châu Âu vẫn đánh giá *The Federalist* ngang tầm các tác phẩm chính trị kinh điển như *The Prince* của Machiaveli, *Leviathan* của Hobbes, *De l'esprit des lois* của Montesquieu [2], các tác giả của *The Federalist* thuộc hàng những tên tuổi lớn nhất của nhân loại về tư tưởng dân chủ, cộng hòa [3]. Trên thị trường sách hiếm quí, những ấn bản đầu tiên của *The Federalist* thường được rao bán với giá khoảng trên 250 000 đô-la Mỹ.

Trên chính trường Mỹ, *The Federalist* thường được trích dẫn trong các tranh luận về hiến pháp; là tài liệu làm căn cứ cho nhiều phán quyết của Tối Cao Pháp Viện.

Theo sự tìm hiểu của người viết, Việt Nam chúng ta đã có một bản dịch *The Federalist* sang tiếng Việt được ấn hành vào năm 1959 và 1966 do Việt Nam Khảo Dịch Xã, dưới chính thể Việt Nam Cộng Hòa, thực hiện với nhan đề *Luận về Hiến pháp Hoa Kỳ*. Sau biến cố 30/04/1975, bản dịch này, cũng như nhiều tài liệu giá trị khác, đã bị tiêu hủy/thất lạc do ĐCSVN chủ trương bóp méo, tẩy xóa lịch sử, văn hóa liên quan tới chính thể Việt Nam Cộng Hòa.

Vì vậy việc xuất bản 12 bản dịch này cũng là nhằm tưởng nhớ, tri ân các học giả/dịch giả của Việt Nam Cộng Hòa nhân tưởng niệm nửa thế kỷ biến cố đau thương chung của dân tộc.

P.H.S.

Paris, tháng Giêng 2024

---

2. Élise Marienstras, Naomi Wulf, *The Federalist Papers, défense et illustration de la constitution fédérale des États-Unis*, Centre National d'Enseignement à Distance, 2010, p.8.

3. Anne Amiel, *Le Fédéraliste*, Paris Classiques Garnier, 2012, p.8.

Lời cảm ơn

Tôi chân thành cảm ơn Giáo Sư VŨ Tường, Đại Học Oregon, Hoa Kỳ, đã chia sẻ nhiều quan điểm chính trị, đã khích lệ và bảo trợ cho cuốn sách ra mắt. Tôi bày tỏ lòng cảm ơn Bà PHẠM Thị Hoài đã cho những ý kiến đặc sắc. Tôi xin ghi ơn Ông TƯỞNG Năng Tiến, Ông TRỊNH Y Thư đã đọc giúp một số đoạn trong bản thảo. Tôi cảm tạ lòng hảo tâm của người bạn Pháp Emmanuelle GOLDER đã giúp nhiều tài liệu quí. Tôi ghi ơn VŨ Thúy Hà, vợ tôi, đã cho tôi nhiều năm tháng được toàn tâm làm những việc không dễ dàng, trong đó có việc dịch *The Federalist*.

Lưu ý về bản dịch

Mười hai bản dịch *The Federalist* trong cuốn sách này được tuyển ra từ trên 30 bản *The Federalist* tôi đã dịch trong khoảng thời gian 2014-2021. Việc dịch *The Federalist* ban đầu với tôi là một việc tự học, trau dồi thêm về kiến thức chính trị và cả ở phương diện ngôn ngữ, tiếng Anh và tiếng Việt. Với tôi, đây là một công việc đồ sộ, khó khăn, nhưng càng làm càng thấy thú vị, thấy ích lợi cả cho bản thân và công việc xã hội.

Nguyên thủy, *The Federalist* là các bài báo được đăng rải rác trên nhiều báo khác nhau, sau đó lại được tập hợp in thành sách bởi nhiều người khác nhau, với nhiều nhuận chỉnh về nội dung. Vì lý do này, tôi đã tham khảo nhiều nguồn khác nhau hòng có độ chính xác cao nhất cho bản dịch ngay từ nguồn. Do khó khăn trong việc tiếp cận, tôi đã không thể tiếp cận ngay được với nguồn tốt nhất.

Sau đây là danh mục các nguồn tôi đã tham khảo khi dịch *The Federalist*:

1. www.foundingfathers.info các văn bản ở đây lấy từ dự án lưu trữ dành cho công chúng Project Gutenberg (https://www.gutenberg.org/).

2. http://oll.libertyfund.org/titles/carey-the-federalist-gideon-ed thuộc tổ chức phi vụ lợi Lyberty Fund có trụ sở tại Hoa Kỳ, thành lập năm 1960.

3. http://avalon.law.yale.edu/subject_menus/fed.asp nằm trong một dự án thuộc trường Luật của Đại Học Yale, Hoa Kỳ.

4. http://thomas.loc.gov/home/histdox/fedpapers.html thuộc cơ sở dữ liệu của Thư Viện Quốc Hội Hoa Kỳ (The Library

of Congress).

5. http://www.constitution.org/fed/federa00.htm thuộc tổ chức phi vụ lợi Constitution Society có trụ sở tại Hoa Kỳ, thành lập năm 1994.

6. *The Federalist- The definitive edition of the historic essays by Alexander Hamilton, James Madison, and John Jay* biên soạn bởi Jacob E. Cooke và ấn hành bởi Wesleyan University Press, Middletown, Connecticut, bản bìa mềm 1982 (ấn bản lần đầu năm 1961). Đây là nguồn có thể nói được biên tập công phu nhất. Tuy nhiên, văn bản không phải toàn hảo.

7. Bản dịch Pháp văn *Le Fédéraliste* của Anne Amiel, Paris Classiques Garnier, 2012 (nguồn này có tác dụng chính để tăng độ chính xác cho bản dịch Việt ngữ).

Bản tiếng Anh dùng để dịch lấy từ nguồn 1 và sẽ được in ngay sau các bản dịch tương đương để quí vị độc giả tiện đối chiếu.

Các bản *The Federalist* nguyên thủy không có nhan đề, chỉ được đánh số thứ tự. Nhưng trong bản dịch tôi cho thêm nhan đề dựa vào văn bản của nguồn 1 để tiện cho độc giả theo rõi. Số thứ tự các bài trong bản dịch này dựa vào nguồn 6. Các chủ đề lớn trong bản dịch này là do người dịch đặt.

Sau đây là một số ghi chú mong độc giả lưu ý thêm trước khi đọc bản dịch:

1. - Khi dịch tôi nhận thấy có những chữ, những ý niệm không quen thuộc với người Việt nên tôi tập hợp chúng lại để ghi rõ nội hàm và để riêng trong một mục: *Thuật ngữ*.

2. - Các từ/khái niệm dịch có tính chất thuật ngữ cần chú giải được viết lần đầu (trong bài) ở dạng chữ nghiêng và có chú thích, vd.: *chính thể bình dân; nhiệm kỳ phẩm hạnh*.

3. - Về văn phong, trong bản dịch này tôi thiên về xu hướng giữ lại văn phong của tác giả (người có văn hóa Âu-Mỹ, sống vào nửa cuối thế kỷ XVIII) với hy vọng để độc giả có thể thấy được phần nào lối tư duy của những bộ óc đã tạo nền tảng cho một quốc gia vĩ đại ở nhiều phương diện. Tuy nhiên, cách dịch này cũng gây những khó khăn cho người đọc vì câu văn lạ lẫm, thậm chí dị thường. Để giảm thiểu bất tiện này, tôi chỉ biết trông đợi ở sự kiên trì và lòng ham khám phá nơi độc giả.

4. - Các chú thích có chữ số nằm trong ngoặc đơn, ví dụ (3), là của tác giả. Còn lại là các chú thích của người dịch. Chú thích ở cuối có chữ A.A. là người dịch lấy từ chú thích của Anne Amiel, dịch giả Pháp.

5. - Các chữ nhấn mạnh trong nguyên văn (chữ nghiêng, in dậm hay viết hoa) đều được chuyển thành IN HOA tất cả các chữ trong bản dịch; các từ viết hoa chữ đầu tiên trong nguyên văn chuyển thành tương tự (viết hoa chữ đầu tất cả các âm tiết trong từ Việt tương đương, vd.: the Senate-Thượng Viện).

6. - Các chữ FP xuất hiện trong chú thích là viết tắt cho từ *The Federalist*. Mười hai bản dịch này được sắp xếp theo nhóm chủ đề, ngoại trừ bản số 10 và số 51. Hai bản ngoại lệ này được xếp sau cùng vì đây là hai bản được đánh giá nổi tiếng, ấn tượng nhất; hai bản có nội dung tương hợp nhau. Tuy nhiên, độc giả có thể đọc không cần theo thứ tự hay chủ đề vì mỗi bản *The Federalist* ở đây đều có những ý tưởng, nội dung độc đáo và khá độc lập. Đây cũng là lý do các chú thích thường được nhắc lại ở mỗi bản, điều có thể làm phiền độc giả.

Những bản *The Federalist* ở đây đã được giới thiệu trên tuần báo *Trẻ* tại Hoa Kỳ trong các năm 2020-2021 với một số trích dịch ngắn. Với ấn bản sách của 12 bản dịch này (song hành cùng bản Anh ngữ), người dịch hy vọng sẽ mang lại một số hữu ích cho những người Việt Nam quan tâm tới chính trị dân chủ nói chung và hệ thống chính trị Hoa Kỳ nói riêng. Các bản dịch chắc chắn còn khiếm khuyết, sai lầm do khả năng/và bất cẩn. Người dịch thành tâm mong đợi những lời chỉ dẫn và ý kiến của quí vị.

Phạm Hồng Sơn

(Thư từ xin gửi về: phamhongson@laposte.net)

Về tác giả *The Federalist*

Hamilton, Madison và Jay sinh ở ba vùng cách xa nhau vào khoảng nửa cuối thế kỷ XVIII. Hamilton trẻ nhất, sinh khoảng năm 1757 tại đảo nhỏ Nevis vùng West Indies. Madison, 1751, Virginia. Jay, 1745, New York.

Alexander Hamilton (1757/55-1804) là con ngoài giá thú của một nhà buôn người Scotland và một phụ nữ đã có chồng. Ông ngoại Hamilton là một người Pháp di cư, theo đạo Tin Lành, hành nghề thầy thuốc.

Bố bỏ cả hai mẹ con ra đi khi Hamilton chưa tới 10 tuổi. Mẹ lại mất lúc Hamilton 11 tuổi. Nhưng số phận hẩm hiu này chỉ làm cho những tố chất đặc biệt của Hamilton càng được khâm phục. Năm 15 tuổi, Hamilton được ông chủ bổ vào vị trí quản lý một tiệm buôn. Năm 18 tuổi, chàng trai trẻ nghèo khó Hamilton được những người hảo tâm gửi vào trường King's College ở New York, tiền thân của trường Columbia. Là sinh viên xuất sắc, nhưng việc học của Hamilton bị dở dang do các biến động tiền Cách Mạng nổ ra. Hamilton lại tỏ ra xuất sắc trong hoạt động cách mạng qua ngòi bút hiệu triệu dân chúng và tài thao lược huy động, chỉ huy binh lính. Năm 20 tuổi, Hamilton được Tướng Goerge Washington mời vào vị trí: Trợ lý-cánh tay phải (aide de camp). Sau 4 năm sát cánh đắc lực cùng George Washington - Tổng chỉ huy lực lượng Cách Mạng, Hamilton từ chức, quay lại đường học và trở thành luật sư danh tiếng ở New York.

Lập pháp New York bầu Hamilton làm đại biểu trong the Continental Congress (Quốc Hội Mỹ sơ khai). Năm 1786, lập pháp New York lại cử Hamilton dự Hội Nghị Annapolis nhằm tìm ra giải pháp chữa trị những bất ổn của nước Mỹ sau Cách Mạng. Trong Hội Nghị Annapolis, Hamilton là người soạn bản văn đề nghị các tiểu bang phải triệu tập một hội nghị khác để giải quyết các khó khăn về tài chính và chính trị của nước Mỹ. Đề nghị này chính là ý tưởng tiên khởi đưa đến việc triệu tập hội nghị lịch sử: The Constitution Convention in Philadelphia – Hội Nghị Lập Hiến Philadelphia vào tháng Năm 1787.

Hamilton đã thuyết phục tiểu bang New York đồng ý tham dự Hội Nghị và chính ông được bầu làm một trong ba đại diện New York tham gia Hội Nghị. Điều trớ trêu là Hamilton có quan điểm đối lập với hai đại diện kia – những người phản đối dự thảo Hiến Pháp của Hội Nghị, giống giới lãnh đạo của New York. Hệ quả, Hamilton không còn đủ tư cách đại diện cho New York. Nhưng với bản tính độc lập, cương trực, Hamtilton đã ký tên ủng hộ dự thảo Hiến Pháp với tư cách cá nhân. Chữ ký của Hamilton đứng cùng chữ ký của những đại biểu lão thành có danh tiếng bậc nhất nước Mỹ, trong đó có George Washington 55 tuổi, Franklin Benjamin 81 tuổi. Lúc này Hamilton 30 tuổi.

Sau Hội Nghị, một công việc vô cùng quan trọng có tính sinh mệnh cho liên bang Mỹ non trẻ: phải có ít nhất 9/13 tiểu bang tán thành dự thảo Hiến Pháp. Trong khi đó, chính New York, tiểu bang của Hamilton, và là một trong những tiểu bang quan trọng nhất, lại có những chính trị gia đầu não phản đối bản dự thảo.

Trước rủi ro sinh mệnh quốc gia này, Hamilton đã tập trung tâm trí và sinh lực để tìm cách làm cho New York (và các tiểu bang quan trọng khác) phê duyệt dự thảo Hiến Pháp. Cách thức chính yếu của Hamilton là dùng lập luận để phản bác các quan điểm chống đối, đồng thời, cũng bằng lý luận, chỉ cho công chúng và các đối thủ thấy được những ưu điểm, những nền tảng có tính khoa học, lịch sử, thực tiễn của bản dự thảo trong việc đảm bảo cho liên bang Mỹ phát triển thịnh vượng, gắn kết, bền vững và mang lại tự do cho các công dân.

Hamilton đã huy động được hai chính trị gia tài năng, James Madison và John Jay, cùng thực hiện dự án. Đây chính là các bài viết đăng báo có tính thường kỳ mang nhan đề *The Federalist*, với bút danh chung là Publius. Hamilton không chỉ là linh hồn dự án, ông còn là người đóng góp nhiều bài nhất (hơn 1/2 tổng số bài) trong một thời hạn eo hẹp, trong khi vẫn hành nghề luật.

Trong các bút chiến, tranh luận về chính trị nói chung và về bản dự thảo Hiến Pháp nói riêng, sự sâu rộng của tri thức, độ sắc bén của ngòi bút và sự sắc xảo chính trị của Hamilton khiến nhiều người nhận thấy không thể đánh bại ông ở trận tuyến trí tuệ. Nhiều đối thủ đã tấn công vào cả những góc đời không danh giá của ông. Vào thời Hamilton, con ngoài giá thú là một vết nhọ khó tẩy xóa.

Nhưng cuối cùng, dự thảo Hiến Pháp đã được 9/13 tiểu bang thông qua, trong đó có New York.

Sau thắng lợi Hiến Pháp, Hamilton trở thành Bộ Trưởng Ngân Khố đầu tiên của Mỹ trong 6 năm dưới thời Tổng Thống Washington. Ở cương vị bộ trưởng, Hamilton tiếp tục cống hiến cho nước Mỹ những năng lực đặc biệt: Xây dựng ngân hàng trung ương, thiết lập hệ thống tiền tệ duy nhất cho toàn liên bang, khuyến khích kinh doanh và chế tạo. Đây không chỉ là những vấn đề hoàn toàn mới mẻ đối với nước Mỹ mà còn là những ý tưởng bị chống đối kịch liệt từ ngay cả những nhân vật xuất chúng khác như Thomas Jefferson, James Madison, John Adams. Diễn tiến lịch sử đã cho thấy Hamilton có tầm nhìn đặc biệt khác hẳn những tài năng cùng thời.

Hamilton nổi tiếng về sức làm việc, sức đọc, và trí phê phán tinh tường. Hamilton đánh giá cao *The Wealth of Nations* (1776) của Adam

Smith nhưng ông không tán thành quan điểm *laissez-faire* của tác giả. Hamilton coi *De l'Esprit des lois* (1748) của Montesquieu là cẩm nang về chính quyền tự do nhưng Hamilton phê bình Montesquieu trong việc đánh giá qui mô địa lý cho chính thể cộng hòa.

Hamilton không chỉ là con người của học thuật, ông còn là người rất thực tiễn, năng nổ, tham vọng trong xã hội, trên chính trường, sẵn sàng dùng các thủ thuật để lèo lái quan hệ, ảnh hưởng nhằm đưa những ý tưởng, chính sách ông cho là đúng được thực hiện. Tài năng về chính trị, sức gây ảnh hưởng của Hamilton thuyết phục tới mức Tổng Thống Washington vẫn phải tham vấn khi ông đã rời chính quyền; chính quyền của Tổng Thống John Adams phải dành nhiều vị trí quan trọng cho người thân tín của Hamilton...

Nhưng, trái với sự sắc bén, xuất sắc về trí tuệ trong học thuật, trên chính trường, Hamilton quá cương trực và tự trọng tới mức gần như không để ý những tinh tế tối thiểu để tránh các va chạm, kình địch, cừu thù không đáng có - như chính ông đã cảnh báo về bản thể người trong *The Federalist*.

Hamilton giã từ cuộc sống lúc chưa đầy 50 tuổi sau khi nhận một viên đạn của đối thủ trong một cuộc thách đấu nhằm bảo toàn danh dự kiểu trung cổ. Nơi ông thách đấu cũng là nơi con trai trưởng của ông đã bỏ mạng trong một cuộc thách đấu khác, trước đó 3 năm. Hamilton để lại người vợ trẻ và 7 người con, cùng một núi nợ. Món nợ đã được bạn bè trả hết sau đó. Sự giúp đỡ cũng giúp cuộc đời Hamilton không trái với khuyến nghị của ông lúc sinh thời: chính quyền Mỹ, trong mọi hoàn cảnh, phải thực hiện bằng được việc hoàn trả các món nợ với dân.

James Madison (1751-1836) có thể lực và giọng nói đều mảnh và yếu ớt, cao khoảng 5ft 4in (1m 62), nặng 100 pounds (chưa tới 50kg). Nhưng thiên tạo bù đắp hậu hĩnh cho ông một gia thế sở hữu nhiều trang trại rộng lớn, một trí lực dồi dào. Năm 18 tuổi được gia đình cho vào the College of New Jersey, tiền thân của trường Princeton. Sau 2 năm, Madison đã hoàn thành chương trình học dành cho 4 năm.

Madison là thành viên của Hội Nghị Lập Hiến của Virginia, là tiểu bang đầu tiên thiết lập hiến pháp riêng vào ngày 29 tháng Sáu 1776 (trước Tuyên Ngôn Độc Lập 4/7/1776). Madison là đại biểu của Virginia trong Quốc Hội tiền khởi (the Continental Congress) và Quốc Hội (the Congress) chính thức sau khi có bản Hiến Pháp. Madison là người dẫn đầu đoàn đại biểu Virginia đi dự Hội Nghị Lập Hiến Philadelphia. Madison là người thảo ra bản Dự thảoVirginia (Virginia Plan) để trình Hội Nghị, làm cơ sở cho Hội Nghị xem xét và tranh luận. Tại Hội Nghị, Madison là một trong những thành viên tích cực nhất và quan trọng nhất trong việc ủng hộ cải cách toàn diện cấu trúc chính quyền bằng việc thiết lập một bản hiến pháp mới thay vì chỉ tu chính bản hiến pháp tạm thời (the Articles of Confederation). Ngoài ra, Madison còn tự lĩnh một trách nhiệm vất vả và độc đáo duy nhất: ghi chép lại gần như toàn bộ các cuộc tranh luận trong Hội Nghị. Những chi tiết vừa nêu chính là lý do Madison được nhiều người gọi là Cha đẻ Hiến Pháp Mỹ. Nhưng, bản thân Madison phản đối danh hiệu này vì hai lý do: Một, nội dung của bản Hiến Pháp được hình thành từ nhiều ý tưởng và tranh luận của nhiều người, thậm chí nhiều thế hệ; Hai, thẩm quyền cao nhất lập ra Hiến Pháp thuộc về toàn thể người dân – những người bỏ phiếu tán đồng.

Sau khi dự thảo Hiến Pháp được công bố cho các tiểu bang để trưng cầu ý kiến, Madison cũng có những ưu tư giống Hamilton trong việc phải tìm cách cứu nước Mỹ non trẻ trước một rủi ro sinh mệnh: không đủ 9/13 tiểu bang tán thành dự thảo Hiến Pháp. Vào lúc này, lại có thêm hai điều may mắn cùng lúc: Madison thường phải đi lại giữa tiểu bang Virginia và New York vì ông vừa là đại diện lập pháp Virginia và đại diện lập pháp liên bang; quan điểm và quan hệ giữa Madison và Hamilton, hai tính cách trái ngược nhau, đang ở giai đoạn ấm nồng nhất.

Madison đã chấp thuận lời mời của Hamilton cùng cộng tác trong dự án *The Federalist*. Madison đóng góp về số lượng chỉ hơn một nửa so với Hamilton nhưng nhiều bài viết của Madison thuộc nhóm bài quan trọng nhất. Trong hai bài nổi tiếng nhất có ít nhất một bài được xác định chắc chắn là của Madison: *The Federalist 10*. Bài kia, nhiều người cũng cho là của ông: *The Federalist 51*. Ngoài ra, việc cộng tác giữa Hamilton và Madison còn để lại cho hậu thế một bài học đẹp: Trước nhu cầu bảo vệ một lý tưởng lớn, mọi bất đồng, xung khắc đều trở nên nhỏ bé.

Con đường chính trị của Madison tiếp tục thăng tiến một cách suôn sẻ: Ngoại Trưởng 2 nhiệm kỳ trong chính quyền của Tổng Thống Thomas Jefferson và Tổng Thống thứ 4 liền hai nhiệm kỳ. Song, đối với học giới chính trị dân chủ, điều đáng nhớ trên hết về Madison là tư tưởng cộng hòa và những đóng góp của ông trong lĩnh vực lập hiến và chính trị học: hướng khoa học chính trị chú tâm vào các ham muốn, quyền lợi, lợi ích (interests) chứ không phải đức hạnh (virtue) của con người. Những căn bản đó cho phép tạo dựng một chính thể vừa có quyền lực điều hành lại vừa có khả năng tự kìm soát để không xâm hấn những quyền tự do của dân. Đó cũng là lý do tại sao Madison, cuối cùng, đã ủng hộ và chính ông thảo ra 12 tu chính đầu tiên của Hiến Pháp Mỹ: The Bill of Rights – Bộ 12 Quyền Công Dân Cơ Bản Bất Khả Xâm Phạm.

John Jay (1745-1829) sinh ra từ một dòng họ buôn bán gốc Pháp giàu có tại New York, được học hành đầy đủ trong những điều kiện tốt nhất (King's College, tiền thân của Columbia). Vào lúc cộng tác viết *The Federalist*, Jay là thành viên lớn tuổi nhất và có danh tiếng nhất. Với nghề nghiệp ban đầu là luật sư nổi tiếng ở New York, Jay đã trải qua những kinh nghiệm lớn, đã đảm nhiệm những trọng trách ở cả cấp tiểu bang (New York) và liên bang. Jay thuộc số thành viên đầu tiên của Quốc Hội tiền thân liên bang (the First Continental Congress, 1774); chính ông là người soạn bản văn quan trọng gửi cho Hoàng Gia Anh để đòi các quyền cho 13 thuộc địa; Jay tham gia vào việc thảo luận và thông qua văn bản Tuyên Ngôn Độc Lập 4/7/1776; sang năm sau, Jay là tác giả của dự thảo hiến pháp dân chủ đầu tiên cho tiểu bang New York và trở thành Chánh Án Tối Cao của New York. Năm 1778, Jay được bầu làm Chủ Tịch Quốc Hội toàn liên bang (the Continental Congress). Năm 1782, Jay cùng Benjamin Franklin, John Adams thành công trong việc đạt được các điều khoản tự do cho thuộc địa trong cuộc đàm phán gay go với Hoàng Gia Anh tại Paris, mở đường cho việc ký kết hiệp ước kết thúc chiến tranh một năm sau đó.

Khi về Mỹ, Jay được bổ làm Ngoại Trưởng. Chính cương vị Ngoại Trưởng đã giúp Jay thấy rõ các khiếm khuyết không thể chấp nhận của cấu trúc chính quyền liên bang và đồng ý hợp tác với Hamilton trong dự án *The Federalist* nhằm cứu liên bang non trẻ thoát khỏi rủi ro tan rã.

Do vấn đề sức khỏe, Jay chỉ đóng góp 05 bài trên tổng số 85 bài *The Federalist*. Nhưng, trong số 05 bài ra mắt lần đầu trước công chúng, Jay viết 04 bài. Jay viết tập trung vào vấn đề giao tế và các sự vụ đối ngoại của chính quyền, những vấn đề thuộc kinh nghiệm sâu của Jay.

Sau khi Hiến Pháp được thông qua và Tổng Thống Washington đắc cử, Jay trở thành Chánh Án Tối Cao Pháp Viện đầu tiên của Hợp Chúng Quốc Hoa Kỳ. Ở cương vị này, Jay cũng để lại những di sản quan trọng cho nghành tư pháp. Jay từng được đánh giá là người xứng đáng tiếp nối chức vụ tổng thống sau Washington, nhưng hiệp ước thương mại với Hoàng Gia Anh năm 1794 (Jay's Treaty) đã làm hỏng kỳ vọng này. Jay kết thúc sự nghiệp chính trị phong phú của mình ở cương vị Thống Đốc New York (1795-1801).

Khi bắt tay viết *The Federalist*, không ai trong ba tác giả nghĩ rằng những bài viết (để đăng báo) của họ lại trở thành một trong những tác phẩm chính trị quan trọng bậc nhất của nhân loại, được các học giả ở khắp thế giới thừa nhận.

Tài liệu chính để biên soạn : Britannica, *The Founding Fathers, The Essential Guide to The Men Who Made America*, John Willey § Sons, Inc 2007; Ron Chernow, *Alexander Hamilton*, The Penguin Press, New York 2004; *The Enduring Federalist,* Edited and Analysed by Charles A. Beard, Doubleday § Company, Inc. Garden City, New York 1948 ; *The Federalist – A Commentary on The Constitution of the United States*, Edited and with an Introduction by Robert Sciglliano, The Modern Library, New York 2001; Lance Banning, *The Sacred Fire of Liberty – James Madison § the Founding of the Federal Republic*, Cornell University Press 1995.

Thuật ngữ

Bang liên (a confederacy, a confederation; a confederate), ***Liên bang*** (a federation; federal): những thuật ngữ này (trong bối cảnh của *The Federalist*) chỉ khác nhau ở phương diện lịch sử. Vào thời điểm trước và sau Cách mạng Mỹ 1776, mô hình quốc gia tạo lập từ 13 thuộc địa Anh tại Bắc Mỹ là một mô hình gần như hoàn toàn mới chưa có trong lịch sử. Do đó các nhà lập quốc Mỹ cũng chưa có sự thống nhất rõ ràng về thuật ngữ, lúc thì gọi là *the confederacy*, *the confederation* hoặc *the federation*, nhưng qua tranh luận đã dần dần hình thành ý niệm chung đó là mô hình khác với mô hình *hợp nhất* các quốc gia đã có trong lịch sử. Điểm khác biệt cơ bản của mô hình ***Liên bang*** (a federation) (cũng tức là bang-liên) so với ***Hợp nhất*** (a consolidation; a consolidated): có một sự xác định rõ ràng trong giới hạn quyền lực của chính quyền trung ương liên-bang - không được can thiệp vào một số lĩnh vực quan trọng của các quốc gia tiểu bang. (hai thuật ngữ *bang-liên*, *liên-bang*, theo Vũ Văn Mẫu (1914-1998), *Từ điển Pháp-Việt Pháp-Chính-Kinh-Tài-Xã-Hội, Dictionnaire Français-Vietnamien des sciences juridiques, politiques,* économiques *et sociologiques*, Viện Đại học Vạn Hạnh, Sài gòn 1970)

Ngày nay các thuật ngữ này đã có sự phân biệt rõ ràng hơn: **a confederation**: là một thiết chế tổ chức gồm các thành viên đồng ý nhượng một số quyền lực cho một cơ quan quản lý, điều hành một số lợi ích chung trong khi các thành viên vẫn giữ nguyên vẹn tính độc lập của chúng, ví dụ: NATO, Liên hợp quốc, khối các nước Ả-rập Thống nhất (the United Arab Emirates); **a federation**: là một quốc gia độc lập gồm nhiều đơn vị lãnh thổ có chính quyền riêng biệt ở cấp bang, tỉnh hoặc vùng - các chính quyền này được đảm bảo một qui chế được ghi rõ trong hiến pháp của quốc gia về mức độ độc lập và tự trị so với chính quyền trung ương, ví dụ: Australia, Ấn Độ, Áo, Canada, Đức, Thụy Sỹ, Mỹ,... (theo Kenneth Newton và Jan W. Vandeth, *Foundations of Comparative Politics - Democracies of the modern world*, Cambridge, second edition, 2010)

Chính thể (chính quyền) bình dân (a popular government): chính thể (chính quyền) nhằm phân biệt tương phản với *chính thể quân chủ*. Trong chính quyền bình dân, quyền lực công không có tính chất thừa kế và không tập trung vào tay một cá nhân (hay nhóm), nghĩa là các chức vụ quản lý công của quốc gia, xã hội được hình thành thông qua sự lựa chọn (hoặc phế truất) bởi dân chúng một cách định kỳ. Tuy nhiên, tư cách cử tri và tư cách ứng cử viên trong *chính thể bình dân*, tại thời điểm của *The Federalist* ra đời, chưa được mở rộng phổ thông tới toàn dân như ngày nay, nhưng quá trình bầu cử và ứng cử là hoàn toàn công khai và minh bạch (khác hoàn toàn với các chính thể dân chủ giả hiệu ở Trung Cộng, Việt Nam hiện thời).

Cộng đồng thịnh vượng chung (a commonwealth): thuật ngữ này khá thịnh hành vào cuối thế kỷ XVIII. Thuật ngữ này có thể nhằm chỉ một *quốc* gia, *thuộc địa*, *vùng dân cư*. Thuật ngữ này cũng dùng để gọi nước Anh trong giai đoạn 1649- 1660 khi đứng đầu sự cai trị nước Anh không phải là vua hay nữ hoàng. Đây cũng là thuật ngữ được David Hume (1711-1776) dùng trong một bài luận nổi tiếng *Idea of a perfect commonwealth* viết năm 1754. Hiện nay thuật ngữ này (the Commonwealth) thường dùng để chỉ một nhóm các quốc gia gồm Liên hiệp Vương quốc Anh và Bắc Ireland với một số các quốc gia, vùng lãnh thổ từng là cựu thuộc địa của Anh.

Cơ quan đại diện (a house of representatives): là cơ quan lập pháp, thường được dịch là *hạ (nghị) viện* (a lower house), trong mô hình lập pháp gồm hai viện (viện kia là *thượng (nghị) viện* (a senate)). Từ "Đại diện" trong thuật ngữ này có tính chất lịch sử bởi ban đầu chỉ viện này được hình thành qua đầu phiếu của dân - nên có tính chất đại diện cho dân chúng, hoặc một bộ phận dân chúng. Còn viện kia (thượng viện) khởi thủy gồm các thành viên được lập không qua bầu cử. Đối với Hoa Kỳ, từ năm 1913, bằng tu chính hiến pháp số 17, thượng viện cũng bắt đầu phải thông qua đầu phiếu trực tiếp của dân, tức cũng có tính "đại diện".

Cấu trúc quyền lực (a tenure): gồm ba thành tố chính là thời gian cầm quyền (nhiệm kỳ), các phương tiện cho quyền lực và các biện pháp phòng bị để ràng buộc trách nhiệm đối với người được giao quyền.

Đàn hặc (an impeachment): là một thủ tục pháp lý đặc biệt, có nguồn gốc từ thế kỷ XIV tại Anh, nhằm cáo buộc một công chức cao cấp (thường là người đứng đầu hành pháp) đã có hành động được coi là không đúng đắn hoặc/và bất hợp pháp gây tổn hại tới quyền lợi chung của đất nước. Kết cục của *đàn hặc* thường dẫn tới bãi chức hoặc có thể kèm theo cả hình phạt về dân sự hoặc hình sự tùy từng nơi, nhưng thường là nhằm mục đích tố giác sự thiếu trung thực, thiếu trách nhiệm của một viên chức cao cấp. Thẩm quyền lập *đàn hặc* và xét xử *đàn hặc* thường thuộc hai thiết chế khác nhau và phải là một trong các nhánh quyền lực cơ bản của chính quyền, ví dụ hạ viện Mỹ có quyền công tố quyết định *đàn hặc* đối với tổng thống, các thẩm phán của Tối Cao Pháp Viện, nhưng vai trò thẩm phán xét xử *đàn hặc* thuộc thẩm quyền của thượng viện.

Hội đồng (a council): một thiết chế chính trị (lập pháp) để quản lý việc công của thuộc địa Anh tại Bắc Mỹ bằng việc tổ chức các cuộc họp thường kỳ (hoặc bất thường) với những người tham dự là những nhân vật không thông qua bầu chọn.

Những nhân vật này thường là những người có quyền lực chính

trị hoặc kinh tế, hoặc có uy tín cao trong xã hội hoặc được sự bảo trợ của một quyền lực lớn (như thống lãnh- a governor tại thuộc địa hoặc vua-nữ hoàng tại mẫu quốc Anh). *Hội đồng* có chức năng quan trọng là giám sát, kiểm tra các quyết nghị, các luật do *nghị hội bình dân* làm ra. *Hội đồng* là tiền thân của *thượng viện* (a senate, an upper house) trong các cơ quan lập pháp gồm hai viện (viện kia là *hạ viện*, a lower house).

Hợp nhất (a consolidation): xem mục "Bang liên"

Kìm soát và Đối trọng (checks and balances): nếu như có sự thống nhất rằng để tránh quyền lực độc tài, chính quyền cần phải được phân thành ba nhánh độc lập khác nhau (lập pháp, hành pháp, tư pháp), song, các nhà lập quốc Hoa Kỳ lập luận rằng sự phân quyền như thế chưa đủ để đảm bảo quyền lực không bị lạm dụng và tự do không bị thủ tiêu. Theo họ, cần phải tạo cơ chế nội tại ngay trong chính quyền để ba nhánh tự kìm hãm, kiểm soát lẫn nhau hầu không để cho một nhánh nào sử dụng quá đà quyền lực của chính nó hoặc, nguy hiểm nhất, thâu tóm được hai nhánh còn lại. Vì vậy họ cho phép có sự chồng lấn tương đối giữa ba nhánh (chứ không phải tách rời tuyệt đối); đồng thời tương ứng với mỗi quyền lại có một quyền khác có khả năng phản lại. Ví dụ, nhánh hành pháp (tổng thống) còn có quyền thuộc tư pháp: bổ nhiệm thẩm phán cho tối cao pháp viện; song, quyền này bị thẩm xét và có thể bị bác bởi thượng viện; và một khi được bổ nhiệm, thẩm phán tối cao pháp viện không còn bất cứ ràng buộc gì với tổng thống (xem FP 9, FP 48, FP 51). Cách dịch 'Kìm soát và Đối trọng' là dựa theo lối người Pháp dịch 'checks and balances' thành 'freins et contre-poids' (Anne Amiel, *Le Fédéraliste*, Classiques Garnier, Paris, 2012)).

Luật nhân tạo (a positive law, le droit positif): một cách ngắn gọn, đây là những luật do con người/chính quyền của con người lập ra. Nhưng trong bối cảnh *The Federalist*, chúng ta phải hiểu thuật ngữ này có tính đối nghịch với ý niệm về các tự do cá nhân của con người là một thành tố thuộc về bản thể người đã được tạo hóa ban cho (God-given rights) – đây thuộc về luật tự nhiên-luật tạo hóa (a natural law). Vì vậy *luật nhân tạo* (a positive law) luôn phải nằm trong sự canh chừng để không xâm phạm/không tước mất những gì luật tạo hóa đã ban: tự do của con người.

Nghị hội bình dân (a popular assembly): một thiết chế chính trị (lập pháp) để quản lý việc công của thuộc địa Anh tại Bắc Mỹ bằng việc tổ chức các cuộc họp thường kỳ (hoặc bất thường) với những người tham dự là đại diện của người dân trong cộng đồng đó. Những đại diện này được hình thành qua phương pháp chọn lựa của dân chúng bằng các lá phiếu bầu. Công việc quan trọng cơ bản của *Nghị hội bình dân* (hoặc ngắn gọn là *nghị hội* (an assembly) là làm ra các luật để quản lý xã hội. Trong bối cảnh các thuộc địa Anh và nước Mỹ sau Cách Mạng, tư cách cử tri và ứng cử viên cho các *nghị hội bình dân* chỉ dành cho một số đối tượng nhất định nhưng hoàn toàn công khai và minh bạch. *Nghị hội bình dân* là tiền thân của *hạ viện* (a house of representatives, a lower house) trong các cơ quan lập pháp gồm hai viện (viện kia là *thượng viện*- a senate).

Nhiệm kỳ bấp bênh (during pleasure): thời gian nắm quyền (một chức vụ) có hạn định rõ ràng, ví dụ 2, 4 hoặc 5 năm, v.v., nhưng có thể bị truất quyền, phế bỏ chức vụ bất cứ lúc nào khi người dân cảm thấy không hài lòng (pleasure). Thuật ngữ này đối ngược với *nhiệm kỳ phẩm hạnh* - "during good behavior")

Nhiệm kỳ phẩm hạnh (during good behavior): thời gian nắm quyền (một chức vụ) vô thời hạn (coi như suốt đời đến khi về hưu/chết hoặc tới lúc từ chức) chừng nào phẩm hạnh của người giữ chức vụ vẫn được coi là tốt đẹp dù người dân có thể không thấy hài lòng (pleasure). Loại nhiệm kỳ này thường chỉ áp dụng cho các thẩm phán cấp cao (thẩm phán liên bang, thẩm phán tòa tối cao).

Phiếu (quyền) tài quyết (a casting vote, la voix prépondérante): dành cho tình trạng bất phân (a tie, une partage), trong trường hợp biểu quyết để lựa chọn một trong hai quan điểm (khác nhau), nhưng số phiếu biểu quyết cho hai bên bằng nhau. Khi đó cần phải có thêm một lá phiếu để xác định chung cuộc cho bên nào thắng, lá phiếu đó được gọi là *phiếu* (quyền) *tài quyết*. Chữ *phiếu (quyền) tài quyết* theo Vũ Văn Mẫu (sđd). Một số từ điển pháp luật ấn bản ở Việt Nam hiện nay thường dịch là *phiếu quyết định*, *quyền ưu thắng*.

Tự do dân sự (civil liberty): những quyền cơ bản của người dân như tự do đi lại, tự do cư trú, tự do ngôn luận, tự do báo chí, tự do hội họp, tự do lập hội, tự do tín ngưỡng và tôn giáo, tự do kinh doanh, quyền sở hữu tài sản, v.v.

TỔNG QUÁT VỀ HIẾN PHÁP

FEDERALIST 41

Xem Xét Tổng Quát Các Quyền Lực Do Hiến Pháp Cho Phép

James Madison

Thưa Đồng Bào Tiểu Bang New York,

Chúng ta có thể đánh giá bản Hiến Pháp do Hội Nghị [1] đề xuất qua hai vấn đề tổng quát. Vấn đề THỨ NHẤT liên quan tổng số hay số các quyền được Hiến Pháp trao cho chính quyền, kể cả các biện pháp khắc chế lên các Tiểu Bang. Vấn đề THỨ HAI là cấu trúc đặc biệt của chính quyền, và sự phân phối quyền lực cho các nhánh của nó.

Trong vấn đề THỨ NHẤT, hai câu hỏi quan trọng nổi lên: 1. Liệu có phần nào trong số quyền lực dành cho chính quyền trung ương không cần thiết hoặc không đúng đắn? 2. Liệu toàn bộ khối quyền lực này có đe dọa thẩm quyền được để lại cho các Tiểu Bang?

Liệu tổng khối quyền lực của chính quyền trung ương có lớn hơn những gì cần cho nó? Đây chính là câu hỏi ĐẦU TIÊN.

Những người đã quan tâm một cách nghiêm chỉnh tới các lập luận chống lại các quyền lực lớn dành cho chính quyền không thể nào bỏ qua câu hỏi này bởi các tác giả của chúng rất ít chú ý tới mức

1. Tức hội nghị lập hiến Philadelphia.

độ cần thiết của các quyền lực này nhằm đạt được một mục tiêu cần thiết. Thay vào đó, họ lại thường tập trung vào các bất tiện không thể tránh được của tất cả những lợi thế chính trị; và vào các lạm dụng có thể của mọi quyền lực hoặc tín nhiệm nhằm hưởng lợi. Sự tinh tường của nhân dân Mỹ không thể nào chấp nhận được cách đánh giá này. Nó có thể cho thấy sự tế nhị của người viết; nó có thể tạo ra một diễn đàn vô tận cho ngôn từ và diễn thuyết; nó có thể khuấy động các hỷ nộ của những kẻ vụng nghĩ, và có thể củng cố các thành kiến của những người nghĩ lầm: song, những người tỉnh táo và cương trực sẽ ngay lập tức cho rằng những hành động thiện tâm tinh khiết nhất cũng vẫn bị vẩn một phần bất tiện, lạm dụng nào đó; và rằng người ta luôn luôn phải quyết định chọn, nếu không đỡ kinh khủng thì ít ra phải TỬ TẾ hơn, nếu không là HOÀN HẢO thì phải tốt; và rằng trong mọi thiết chế chính trị, một quyền lực để gia tăng hạnh phúc chung luôn hàm chứa một *cẩn quyết* [2] có thể bị dùng sai hay bị lạm dụng. Do đó, điểm đầu tiên họ sẽ phải xem để xác quyết là, khi một quyền lực được giao phó, liệu quyền lực đó có trở thành cần thiết cho phúc lợi công; và tiếp sau sẽ là, nếu câu trả lời ở thể khẳng định, phải phòng chống một cách hiệu quả nhất có thể để quyền lực này không trở mặt gây tổn hại cho cộng đồng.

Để có cách đánh giá đúng cho chủ đề này, chúng ta sẽ phải thẩm tra các quyền được trao cho chính quyền Liên Hiệp; và để thẩm tra tốt hơn, chúng phải được chia thành các nhóm quyền theo từng đối tượng sau: 1. An ninh chống nguy cơ từ ngoại bang; 2. Điều chỉnh các trao đổi với ngoại bang; 3. Bảo trì hòa hiếu và quan hệ đúng đắn giữa các Tiểu Bang; 4. Các vấn đề của dịch vụ công; 5. Kìm chế các gây hấn giữa các Tiểu Bang; 6. Các hỗ trợ để tất cả các quyền có hiệu lực.

2. "discretion", từ Anh ngữ này mang một ý nghĩa phức tạp Việt ngữ chưa có. "cẩn quyết": có nghĩa sự cân nhắc cẩn trọng và sự tự ý quyết định không quan tâm tới ý kiến của người khác, tức có thể mang lại hiệu quả tốt hoặc xấu một cách độc đoán.

Các quyền lực thuộc nhóm ĐẦU TIÊN bao hàm việc tuyên chiến và phát hành *lệnh quyết* [3] ; cung cấp quân đội và chiến thuyền; điều động và huy động vệ binh; áp thuế và vay tiền.

An ninh chống nguy cơ từ ngoại bang thuộc một trong những đối tượng nguyên thủy của xã hội dân sự. Đây là một đối tượng được thừa nhận là sống còn của Liên Hiệp Mỹ. Các quyền lực tối cần thiết cho đối tượng này phải được phó đầy đủ cho các hội đồng liên bang.

Liệu quyền tuyên chiến có cần thiết không? Không ai phủ định câu hỏi này. Vậy, sẽ là phù phiếm khi đi sâu vào các lý do của câu trả lời khẳng định. Bang Liên hiện nay đã thiết lập quyền lực này ở dạng rộng rãi nhất.

Liệu quyền xây dựng quân đội và trang bị các hạm đội có cần thiết? Quyền này nằm trong quyền vừa nói. Quyền này liên đới quyền tự vệ.

Nhưng liệu trước đây có đúng là cần phải có một QUYỀN LỰC VÔ HẠN ĐỊNH để huy động BINH LÍNH, cũng như cung cấp hạm đội; và duy trì cả hai trong THỜI BÌNH, cũng như THỜI CHIẾN?

Trả lời cho những câu hỏi này đã có từ lâu trong nhiều bài khác [4] nên chúng ta sẽ không bàn luận thêm nhiều ở đây. Sự trả lời thực sự đã quá rõ và khẳng định tới mức hiếm khi cần thêm bất cứ một cuộc bàn thảo nào nữa. Với sự đúng đắn nào để sức mạnh cần thiết cho tự vệ lại bị khống chế bởi những người không thể khống chế sức mạnh gây hấn? Nếu một bản Hiến Pháp liên bang có thể ghìm được tham vọng hay đặt ra được các ranh giới cho ý đồ và hành động của mọi quốc gia thì nó mới có thể thận trọng ghìm sự cẩn quyết của chính

---

3. « letters of marque », giấy phép của chính quyền cấp cho cá nhân được quyền bắt giữ công dân hoặc tịch thu tài sản của công dân một nước khác – nước này thường đang trong tình trạng thù địch.

4. Xem các FP 8, 24, 29. A.A.

quyền và đặt ra các giới hạn cho các phản ứng tự vệ của nó.

Làm sao chúng ta có thể an toàn khi cấm quyền sẵn sàng chiến tranh trong thời bình trong khi chúng ta không thể cấm được điều tương tự đối với các quốc gia thù địch luôn ủ mộng và chuẩn bị chiến tranh? Các phương tiện an ninh chỉ có thể phụ thuộc vào các phương tiện và nguy cơ của sự tấn công. Chúng, vì vậy, sẽ mãi mãi được quyết định bởi các nguyên tắc này và không bởi bất cứ nguyên tắc khác. Vô vọng khi đặt ra các rào cản hiến định cho tâm thức duy trì sự sống còn của bản thân. Còn xấu hơn cả vô vọng; vì nó reo vào ngay Hiến Pháp những tranh cướp quyền lực tất yếu và gia tăng không ngừng do cái trước là mầm cho cái sau. Khi một dân tộc liên tục duy trì một quân đội kỷ luật, sẵn sàng cho các tham vọng hay sự trả thù, dân tộc này sẽ buộc các dân tộc hòa hiếu nhất trong phạm vi với tới của nó phải có những hành động đề phòng tương đương. Thế kỷ XV là một kỷ nguyên bất hạnh của các huy động quân sự trong thời bình do Charles VII [5] tại Pháp khởi xướng. Toàn châu Âu đều đi theo hoặc buộc phải theo tấm gương Pháp. Nếu các dân tộc khác không đi theo tấm gương này thì hẳn toàn châu Âu đã phải quàng trên cổ sợi xích của một nền quân chủ áp đặt cho tất cả từ lâu rồi. Nếu như mọi dân tộc trừ Pháp đã muốn hủy bỏ quân đội trong thời bình thì hẳn những nơi khác đã phải làm theo. Các binh đoàn kỳ cựu của La Mã đã là mối khiếp đảm cho các đội quân thiếu kỷ luật của mọi dân tộc khác và đã đưa La Mã thành lãnh đạo thế giới.

Một sự thật không kém hiển nhiên, rằng các tự do của La Mã đã là những nạn nhân cuối cùng của các chiến công của nó; và rằng các tự do của châu Âu, cũng đã từng tồn tại từ lâu, đang phải hy sinh

5. Vua nước Pháp trong thời gian 1422-1461, nắm giữ quyền lực trong hoàn cảnh vua cha bị lâm bệnh tâm thần và bị lật đổ, Charles VII đã thành công trong việc củng cố và duy trì quyền lực khi phải đối mặt với các lực lượng chống đối nội địa và sự can thiệp của Đại Anh. Charles VII, thắng quân Anh tại trận Castillon năm 1453, đã chấm dứt Cuộc Chiến 100 năm giữa hai quốc gia.

gần hết cho các huy động quân sự. Một lực lượng quân sự thường trực, do vậy, là một công cụ nguy hiểm, đồng thời lại cũng có thể là một công cụ cần thiết. Ở qui mô nhỏ, nó có những bất tiện. Ở qui mô lớn, nó có những hệ lụy hủy diệt. Ở mọi mức độ, nó là một đối tượng cho sự đề phòng và nghi ngờ đáng hoan nghênh. Một dân tộc khôn ngoan sẽ tổng hợp tất cả mọi phương diện này; và, trong khi nó không thể hấp tấp tự vất đi bất kỳ nguồn lực nào có thể trở thành mấu chốt cho sự tồn tại của nó, sẽ huy động tất cả mọi khôn ngoan nhằm giảm đi cả sự phụ thuộc lẫn nguy hiểm của việc phải trông cậy vào một nguồn lực có thể gây tổn hại cho các tự do của nó.

Các dấu ấn đậm nhất của khôn ngoan này đã hằn trên bản Hiến Pháp dự thảo. Bản thân Liên Hiệp do Hiến Pháp củng cố và bảo vệ đang triệt đi mọi lý cớ có thể đưa đến một huy động quân sự có thể gây tai họa. Nước Mỹ đoàn kết, với một nhúm quân, hoặc hoàn toàn không có binh lính, sẽ gây ra một vị thế đẩy lùi mọi tham vọng từ ngoại bang hơn là một nước Mỹ chia rẽ có trăm ngàn binh lính sẵn sàng lâm chiến [6]. Trong một bài trước đây [7] chúng ta đã thấy rõ sự vắng bóng lý cớ vừa nói đã gìn giữ các tự do cho một dân tộc Âu. Tính chất quốc đảo và sức mạnh trên hải dương áp đảo so với các quân đội lân bang đã làm cho các nhà cai trị Đại Anh chưa bao giờ đủ khả năng, thông qua các mối đe dọa thực hay giả, phỉnh gạt dân chúng để được phép huy động quân sự lớn trong thời bình. Khoảng cách giữa Hợp Chúng Quốc với các đại cường trên thế giới cũng cho họ một an ninh quí giá tương tự. Một cuộc huy động quân sự nguy hiểm có thể không bao giờ cần thiết hay đáng ủng hộ chừng nào các quốc gia này vẫn còn là một khối người đoàn kết. Nhưng đừng bao giờ quên, dù chỉ một thoáng, rằng lợi thế này có được chỉ là do tính

6. Lúc này 13 tiểu bang của Mỹ có số dân chừng 3,9 triệu người, không kể người Indians bản địa.

7. FP 8. A.A.

chất Liên Hiệp. Thời điểm Liên Hiệp phân rã sẽ là dấu mốc cho một trật tự mới. Nỗi lo sợ của các Tiểu Bang yếu, hoặc tham vọng của các Tiểu Bang mạnh, hoặc của các Bang Liên, sẽ tạo gương xấu tại Tân Thế Giới giống như Charles VII đã gây ra ở Cựu Thế Giới. Rồi gương đó sẽ nối nhau ở đây do cùng một động cơ như đã gây ra sự lan tràn khắp Cựu Thế Giới. Khi đó, thay vì có được lợi thế quí giá do hoàn cảnh của chúng ta như Đại Anh đang hưởng từ hoàn cảnh của họ, bộ mặt của nước Mỹ rồi sẽ chỉ là bản sao bộ mặt của lục địa Âu mà thôi. Bộ mặt đó có tự do ở khắp nơi bị xay nghiền giữa các đoàn binh thường trực và các thuế khóa đời đời. Số phận của một nước Mỹ rã rời sẽ thảm khốc hơn nhiều châu Âu. Các ổ ác họa ở nơi cuối chỉ phát tán trong giới hạn của chính nó. Không có cường quốc nào lớn hơn ở nơi khác trên địa cầu nhúng tay vào sự kèn cựa của họ, xúi bẩy lòng hận thù giữa họ, và biến họ thành công cụ cho các tham vọng, ghen tỵ hay hiềm thù của ngoại bang. Ở Mỹ, những ác họa do ganh tỵ, cạnh tranh và xung đột nội bộ sẽ chỉ là một phần của số phận. Vô vàn ác họa khác sẽ nảy từ mối liên đới mà châu Âu đang bám vào phần trái đất này trong khi chẳng có nơi nào khác của trái đất đụng được tới châu Âu.

Không thể nào nói hết hay tả đủ viễn cảnh đầy hệ lụy do liên hiệp tan rã. Những ai yêu hòa bình, những ai yêu quí xứ sở của mình, những ai trân quí tự do cần phải luôn luôn ghi nhớ viễn cảnh này để biết phải gắng hết sức giữ cho bằng được Liên Hiệp Mỹ và để có thể hiểu đúng giá trị của các công cụ bảo tồn liên hiệp.

Sau việc thành lập được Liên Hiệp, công cụ tốt nhất có thể để phòng chống nguy hiểm do các đội quân thường trực gây ra là phải có giới hạn về thời gian cho sự phân bổ ngân sách dành cho chúng. Công cụ phòng chống này đã được bản Hiến Pháp đưa vào một cách khôn ngoan. Tôi sẽ không nhắc lại ở đây những quan sát mà tôi tự cho là đã làm cho vấn đề được nhìn thấy một cách sáng rõ và công bằng [8]. Song có thể sẽ không phải không đúng đắn để nói đến một lập luận nhằm bác đi phần này của Hiến Pháp, phần được rút ra từ chính sách và thực tiễn của Đại Anh. Lập luận này nói rằng sự duy trì quân đội ở vương quốc này đòi hỏi phải được biểu quyết hàng năm tại lập pháp; trong khi đó Hiến Pháp Mỹ lại kéo dài thời kỳ quan trọng này tới hai năm [9]. Đây là mô hình thường được đưa ra để so sánh trước công luận: nhưng có phải mô hình này đúng đắn? Có phải là sự so sánh công bằng? Có đúng Hiến Pháp Anh buộc nghị viện phải cẩn quyết trong một năm? Có đúng Hiến Pháp Mỹ buộc phân bổ ngân sách của Quốc Hội cho hai năm? Trái lại, các tác giả của sự nhầm lẫn này còn không biết rằng Hiến Pháp Anh chẳng định ra giới hạn nào cho sự cẩn quyết của lập pháp, và Hiến Pháp Mỹ buộc lập pháp vào hai năm, được coi là nhiệm kỳ dài nhất có thể chấp nhận được.

Nếu như lý le lấy từ mô hình Anh đã được diễn đạt đúng đắn thì sẽ phải nói rằng: Thời hạn để nguồn lực được phân bổ cho quân đội, dù không bị Hiến Pháp Anh giới hạn, tuy nhiên, trên thực tế đã bị nghị viện giới hạn chỉ cho một năm. Bây giờ, nếu ở Đại Anh, nơi Viện Thứ Dân được bầu cho 7 năm [10]; nơi đa số các thành viên được bầu bởi khối cử tri có tỷ lệ rất nhỏ so với toàn dân; nơi các cử tri bị thao túng hết sức nặng bởi các đại diện, và các đại diện bị thao túng nặng bởi Quân Vương, cơ quan đại diện này có thể có quyền phân bổ ngân sách cho quân đội trong một kỳ vô hạn định nhưng không muốn, hoặc chẳng dám, đưa thời hạn này lên quá một năm, sẽ không thể tránh được hổ thẹn để cho rằng các đại diện của Hợp Chúng Quốc, được bầu TỰ DO bởi TOÀN KHỐI dân chúng, HAI NĂM một lần, không thể được tin tưởng giao phó quyền cẩn quyết

8. Xem FP 26. A.A.

9. Nhằm nói hạ viện Mỹ có nhiệm kỳ 2 năm.

10. "House of Commons", tức hạ viện Anh. Ngày nay nhiệm kỳ tối đa là 5 năm.

cho việc phân bổ ngân sách được giới hạn rõ trong một thời gian ngắn là HAI NĂM?

Cái kim bọc giẻ hiếm khi không bị lòi [11]. Hành xử của đối lập trước chính quyền liên bang hiện nay là một chứng cớ đáng buồn cho chân lý này. Nhưng trong số những vọng động đã xảy ra, không điều nào kinh ngạc hơn là ý đồ lôi kéo sự chống đối thận trọng của nhân dân đối với lực lượng quân đội thường trực. Ý đồ này đã thức tỉnh toàn dân phải chú ý tới chủ đề quan trọng này; và dẫn tới các cuộc điều nghiên sẽ phải kết thúc bằng một niềm tin tưởng trọn vẹn cho mọi nơi, không chỉ cho thấy bản Hiến Pháp đã tạo ra các công cụ phòng vệ hữu hiệu nhất cho mối nguy hiểm trong lĩnh vực này, mà còn cho thấy không điều gì ngoài một bản Hiến Pháp đáp ứng đầy đủ cho nhu cầu quốc phòng và bảo tồn Liên Hiệp có thể bảo vệ nước Mỹ khỏi các nguy cơ đến từ biết bao các quân đội thường trực nằm tại các Tiểu Bang hay Bang Liên và từ sự gia tăng không ngừng các huy động quân sự trong mỗi Tiểu Bang trở thành gánh nặng cho tài sản và đe dọa cho các tự do của người dân bằng cách biến các cuộc huy động quân sự cần thiết, dưới một chính thể hiệu suất và thống nhất [12], trở thành chịu đựng được cho tài sản và an toàn cho các tự do.

Tính chất tất yếu rõ rệt của quyền thiết lập và duy trì một lực lượng hải quân đã và đang bảo vệ được phần này của Hiến Pháp tránh khỏi sự chỉ trích hiếm có phần khác tránh được. Điều chắc chắn sẽ phải nằm trong số những hồng phúc lớn nhất của nước Mỹ là tính chất Liên Hiệp sẽ là nguồn lực duy nhất cho sức mạnh hàng hải của nó khi điều này sẽ trở thành an ninh cơ bản chống lại các mối nguy từ ngoại bang. Ở phương diện này, hoàn cảnh của chúng ta còn mang thêm một điều tương tự như tính chất quốc đảo của Đại

11. Nguyên văn "A bad cause seldom fails to betray itself."

12. Nguyên văn "a united and efficient government".

Anh. Các âm mưu có khả năng nhất để xúi bẩy ngoại bang đe dọa nền an ninh của chúng ta thật may mắn là những thứ không bao giờ có thể quay ra tấn công các tự do của chúng ta vì sự tiếp tay của một chính quyền phản quốc.

Tất cả các cư dân tại vùng giáp Đại Tây Dương đều hết sức hân hoan với công cụ hiến pháp này vì được sự bảo vệ của hải quân, và nếu như đến nay họ vẫn có thể bình thản say mộng trên giường; nếu tài sản của họ vẫn chưa phải nơm nớp trước những kẻ phiêu lưu cướp bóc; nếu các thị trấn duyên hải của họ vẫn chưa phải thò tiền ra để tránh các cuộc đốt phá hãi hùng từ những toán xâm nhập liều mạng, bất thần, tất cả những may mắn này sẽ không được qui cho năng lực của chính quyền hiện tồn có trách nhiệm bảo vệ những người mà nó tuyên thệ phải trung thành, mà là do những nguyên nhân mơ hồ, lầm lạc. Nếu chúng ta có thể loại Virginia và Maryland, cả hai nơi đều đặc biệt mỏng manh ở sườn đông, thì không phần nào của Liên Hiệp lại phải lo lắng hơn New York. Bờ duyên hải của nơi đây rất dài. Khu vực hiểm yếu của Tiểu Bang lại là một hòn đảo. Tiểu Bang còn có một con sông lớn làm đường thủy chạy xuyên qua hơn 50 dặm. Trung tâm buôn bán lớn nhất, kho dự trữ của nả lớn nhất của nó luôn nằm phơi trước mọi thèm thuồng, và rất có thể sẽ trở thành con tin trong tay một ngoại thù buộc chúng ta phải chấp nhận sự sỉ nhục, hoặc thậm chí là con tin cho các yêu sách đói khát của đám hải tặc hay bọn người man dã. Nếu chiến tranh nổ ra do sự bấp bênh trong các nội vụ ở châu Âu, và tất cả các xung động bất khả kiềm chế của cuộc chiến được buông ra đại dương thì chỉ có sự thần kỳ mới giúp chúng ta tránh được các nhục mạ và đau đớn, không chỉ với khu vực này mà là tất cả những nơi khác giáp biển. Trong hiện trạng nước Mỹ hiện nay, các Tiểu Bang đang trực tiếp phải phơi bày trước những bất trắc này chẳng có gì để trông cậy vào sự che chở của một chính quyền trung ương đang tồn tại; và nếu các nguồn lực của họ ngang bằng với nhu cầu củng cố sức mạnh để tự vệ, thì đối tượng được bảo vệ sẽ gần như lại bị nuốt chửng bởi các phương tiện bảo vệ.

Quyền lực để điều động và huy động vệ binh cũng đã được chứng minh và giải thích đầy đủ [13].

Quyền áp thuế và vay tiền, thuộc nhu cầu quan trọng cho quốc phòng, đã được xếp đúng vào cùng loại quyền lực với nó. Loại quyền lực này cũng đã được xem xét thận trọng và, tôi tin, đã được chứng minh rõ ràng là cần thiết cả ở qui mô lẫn dạng thức như bản Hiến Pháp thiết kế [14]. Tôi sẽ chỉ đề cập thêm một vấn đề cho những người cho rằng quyền lực này cần phải được phân vào thuế vụ ngoại địa với ý của họ là các sắc thuế đánh trên các sản phẩm nhập từ các nước khác. Không thể nghi ngờ đây sẽ luôn là một nguồn thu quan trọng; và trong một thời gian dài cũng vẫn còn là một nguồn lực chính; vào lúc này là một nguồn thu có tính sống còn. Nhưng chúng ta có thể mắc các suy nghĩ rất sai lầm đối với vấn đề này nếu chúng ta không thận trong trong tính toán để thấy rằng tổng thu nhập từ ngoại thương sẽ giao động theo sự biến động cả về tổng lượng lẫn chủng loại nhập khẩu; và các biến đổi này không tương ứng với sự gia tăng dân số - thước đo tổng quát cho nhu cầu của toàn xã hội. Chừng nào nông nghiệp vẫn còn là nơi duy nhất thu hút lực lượng lao động, việc nhập khẩu các sản phẩm chế tạo sẽ còn tăng cùng với số người tiêu dùng gia tăng. Chừng nào các sản phẩm chế tạo nội địa còn được sản xuất bởi những người thừa ra từ nông nghiệp, các sản phẩm chế tạo nhập khẩu sẽ suy giảm theo sự tăng lên của dân số. Ở giai đoạn sau, nhập khẩu có thể đóng vai trò quan trọng trong việc cung ứng nguyên vật liệu để chế ra các sản phẩm xuất khẩu và, vì vậy, chúng sẽ đòi hỏi phải có hỗ trợ khuyến khích hơn là bị bổ thêm các sắc thuế gây nản lòng. Một hệ thống chính quyền, nhằm mục

13. Xem FP 29. A.A.

14. Xem FP 30-36. A.A.

đích lâu dài, phải thấy được các diễn tiến đó, và có khả năng tự đáp ứng được các đòi hỏi này.

Những người không phủ nhận sự cần thiết của quyền áp thuế đã tấn công dữ dội bản Hiến Pháp về mặt từ ngữ dùng để định danh quyền này. Họ luôn đòi hỏi và nhắc lại rằng quyền "đặt và thu các loại thuế, phí, và trả nợ, và cung cấp ngân khoản cho phòng vệ chung, cho phúc lợi của Hợp Chúng Quốc" phải tương đương với một ủy nhiệm vô giới hạn để thực thi tất cả những nhu cầu cần thiết cho phòng vệ chung hay phúc lợi chung [15]. Thật chẳng có điều gì cho thấy rõ hơn sự bấn loạn của những người chỉ trích này bằng việc họ đang cúi mình trước một diễn giải sai lạc như thế.

Nếu như chẳng tìm thấy được một liệt kê hay định danh khác trong bản Hiến Pháp cho các quyền lực của Quốc Hội ngoài những diễn tả tổng quát như đã nêu thì hẳn các tác giả của phản đối này đã có một phần lý lẽ; cho dầu thật khó để tìm được lý lẽ trong một bản mô tả thậm vô lý quyền lập pháp trong mọi trường hợp có thể. Một quyền lực sẽ phá hủy tự do báo chí, xét xử bằng bồi thẩm đoàn, hoặc thậm chí điều chỉnh tiến trình thừa kế, hoặc các dạng chuyển giao tài sản lại được diễn tả một cách quá bất thường bằng những từ ngữ "huy động tiền bạc cho phúc lợi chung."

Song lý lẽ nào phản đối này có thể có một khi sự chi tiết hóa các đối tượng được ám chỉ qua các ngôn từ chung đó lại tiếp nối ngay sau, và thậm chí còn không được tách ra bằng một dấu phẩy? Nếu các bộ phận khác nhau của cùng một đạo luật phải được trình bày rời hẳn ra, để cho mỗi phần có một ý nghĩa riêng, vậy một thành phần của cùng một câu văn chắc cũng phải bị loại ra khỏi sự tham gia vào ý nghĩa của cả câu; và liệu các chữ không rõ ràng hoặc ít xác định hơn sẽ vẫn được giữ lại toàn bộ, còn những bày tỏ rõ ràng và

15. Đây là quan điểm của bút danh Brutus trong Lá thư số 5. A.A.

chính xác thì lại bị từ chối với bất cứ ý nghĩa nào? Vậy, việc liệt kê các quyền lực riêng biệt đã có nhằm mục đích gì nếu như những quyền này và mọi quyền khác đã được thiết kế nằm trong toàn bộ quyền lực tổng quát đã nêu? Lẽ tự nhiên và thông thường là đầu tiên phải đưa ra một trình bày khái quát sau đó sẽ giải thích và làm rõ bản chất của vấn đề được nêu thông qua các trình bày chi tiết. Nhưng ý định đưa ra một liệt kê các chi tiết mà không giải thích cũng không định rõ tính chất cho ý nghĩa ý khái quát và chẳng có tác dụng gì ngoài việc gây lẫn lộn và sai lầm là một sự bất tri khiến chúng ta phải băn khoăn giữa việc hoặc phải coi thường các tác giả của sự phản đối hoặc phải coi thường các tác giả của bản Hiến Pháp nhưng sự tự do trong tư duy buộc chúng ta phải nói rằng sự bất tri chẳng liên quan gì tới các tác giả của Hiến Pháp.

Sự phản đối ở đây còn quá đặc biệt hơn ở chỗ nó cho rằng ngôn ngữ dùng trong hội nghị là sự sao chép lại từ Các Điều Khoản Bang Liên [16]. Các mục tiêu của Liên Hiệp giữa các Tiểu Bang như được mô tả trong điều thứ ba là "phòng vệ chung của họ, an ninh cho các tự do của họ, và phúc lợi cùng chia nhau và của toàn bộ." Các ngôn từ của điều thứ tám còn giống hệt hơn nữa: "Tất cả mọi phí tổn chiến tranh và mọi khoản chi khác khi được bổ vào sự phòng vệ chung hoặc phúc lợi chung và được phê duyệt bởi Hợp Chúng Quốc tại Quốc Hội thì sẽ được ngân khố chung thanh toán" v.v. Ngôn ngữ tương tự cũng lại xuất hiện ở điều thứ chín. Bây giờ quí vị hãy diễn dịch tất cả các điều khoản này theo hướng ủng hộ cấu trúc quyền lực đã có trong bản Hiến Pháp mới, và theo hướng chúng trao cho Quốc Hội hiện hành thẩm quyền thiết lập pháp luật trong bất cứ lĩnh vực nào. Nhưng nghị hội này sẽ thành cái gì nếu người ta tự gắn bó với các quyền lực tổng quát của nó nhưng lại bác bỏ các quyền lực cụ thể

16. The Articles of Confederation - bản khế ước có tính hiến pháp tạm thời trước khi 13 tiểu bang giành được độc lập.

nhằm xác định và giới hạn uy lực tổng quát mà trước đó nó đã thực thi một uy quyền vô hạn cho nhu cầu phòng vệ chung và phúc lợi công? Tôi kêu gọi bản thân những người phản đối hãy trả lời, phải chăng trong trường hợp này họ sẽ dám dùng cùng một lập luận mà họ đang dùng nhằm bác bỏ hội nghị để biện hộ cho Quốc Hội? Nếu như vậy, họ sẽ không thể tránh được tự kết án mình!

Publius

(Bài này xuất bản lần đầu trên báo *The Independent Journal* ngày 19 tháng Một 1788, trên báo *The New York Packet* ngày 22 tháng Một 1788. Bài này đánh số 41 trong sách của Nhà McLean, số 40 khi in trên các báo vừa nói.)

FEDERALIST No. 41

To the People of the State of New York:

THE Constitution proposed by the convention may be considered under two general points of view. The FIRST relates to the sum or quantity of power which it vests in the government, including the restraints imposed on the States. The SECOND, to the particular structure of the government, and the distribution of this power among its several branches.

Under the FIRST view of the subject, two important questions arise: 1. Whether any part of the powers transferred to the general government be unnecessary or improper? 2. Whether the entire mass of them be dangerous to the portion of jurisdiction left in the several States?

Is the aggregate power of the general government greater than ought to have been vested in it? This is the FIRST question.

It cannot have escaped those who have attended with candor to the arguments employed against the extensive powers of the government, that the authors of them have very little considered how far these powers were necessary means of attaining a necessary end. They have chosen rather to dwell on the inconveniences which must be unavoidably blended with all political advantages; and on the possible abuses which must be incident to every power or trust, of which a beneficial use can be made. This method of handling the subject cannot impose on the good sense of the people of America. It may display the subtlety of the writer; it may open a boundless field for rhetoric and declamation; it may inflame the passions of the unthinking, and may confirm the prejudices of the misthinking: but cool and candid people will at once reflect, that the purest of human blessings must have a portion of alloy in them; that the choice must always be made, if not of the lesser evil, at least of the GREATER, not the PERFECT, good; and that in every political institution, a power to advance the public happiness involves a discretion which may be misapplied and abused. They will see, therefore, that in all cases where power is to be conferred, the point first to be decided is, whether such a power be necessary to the public good; as the next will be, in case of an affirmative decision, to guard as effectually as possible against a perversion of the power to the public detriment.

That we may form a correct judgment on this subject, it will be proper to review the several powers conferred on the government of the Union; and that this may be the more conveniently done they may be reduced into different classes as they relate to the following different objects: 1. Security against foreign danger; 2. Regulation of the intercourse with foreign nations; 3. Maintenance of harmony and proper intercourse among the States; 4. Certain miscellaneous objects of general utility; 5. Restraint of the States from certain injurious acts; 6. Provisions for giving due efficacy to all these powers.

The powers falling within the FIRST class are those of declaring war and granting letters of marque; of providing armies and fleets; of regulating and calling forth the militia; of levying and borrowing money.

Security against foreign danger is one of the primitive objects of civil society. It is an avowed and essential object of the American Union. The powers requisite for attaining it must be effectually confided to the federal councils.

Is the power of declaring war necessary? No man will answer this question in the negative. It would be superfluous, therefore, to enter into a proof of the affirmative. The existing Confederation establishes this power in the most ample form.

Is the power of raising armies and equipping fleets necessary? This is involved in the foregoing power. It is involved in the power of self-defense.

But was it necessary to give an INDEFINITE POWER of raising TROOPS, as well as providing fleets; and of maintaining both in PEACE, as well as in war?

The answer to these questions has been too far anticipated in another place to admit an extensive discussion of them in this place. The answer indeed seems to be so obvious and conclusive as scarcely to justify such a discussion in any place. With what color of propriety could the force necessary for defense be limited by those who cannot limit the force of offense? If a federal Constitution could chain the ambition or set bounds to the exertions of all other nations, then indeed might it prudently chain the discretion of its own government, and set bounds to the exertions for its own safety.

How could a readiness for war in time of peace be safely prohibited, unless we could prohibit, in like manner, the preparations and establishments of every hostile nation? The means of security can only be regulated by the means and the danger of attack. They will, in fact, be ever determined by these rules, and by no others. It is in vain to oppose constitutional barriers to the impulse of self- preservation. It is worse than in vain; because it plants in the Constitution itself necessary usurpations of power, every precedent of which is a germ of unnecessary and multiplied repetitions. If one nation maintains constantly a disciplined army, ready for the service of ambition or revenge, it obliges the most pacific nations who may be within the reach of its enterprises to take corresponding precautions. The fifteenth century was the unhappy epoch of military establishments in the time of peace. They were introduced by Charles VII. of France. All Europe has followed, or been forced into, the example. Had the example not been followed by other nations, all Europe must long ago have worn the chains of a universal monarch. Were every nation except France now to disband its peace establishments, the same event might follow. The veteran legions of Rome were an overmatch for the undisciplined valor of all other nations and rendered her the mistress of the world.

Not the less true is it, that the liberties of Rome proved the final victim to her military triumphs; and that the liberties of Europe, as far as they ever existed, have, with few exceptions, been the price of her military establishments. A standing force, therefore, is a dangerous, at the same time that it may be a necessary, provision. On the smallest scale it has its inconveniences. On an extensive scale its consequences may be fatal. On any scale it is an object of laudable circumspection and precaution. A wise nation will combine all these considerations; and, whilst it does not rashly preclude itself from any resource which may become essential to its safety, will exert all its prudence in diminishing both the necessity and the danger of resorting to one which may be inauspicious to its liberties.

The clearest marks of this prudence are stamped on the proposed Constitution. The Union itself, which it cements and secures, destroys every pretext for a military establishment which could be dangerous. America united, with a handful of troops, or without a single soldier, exhibits a more forbidding posture to foreign ambition than America disunited, with a hundred thousand veterans ready for combat. It was remarked, on a former occasion, that the want of this pretext had saved the liberties of one nation in Europe. Being rendered by her insular situation and her maritime resources impregnable to the armies of her neighbors, the rulers of Great Britain have never been able, by real or artificial dangers, to cheat the public into an extensive peace establishment. The distance of the United States from the powerful nations of the world gives them the same happy security. A dangerous establishment can never be necessary or plausible, so long as they continue a united people. But let it never, for a moment, be forgotten that they are indebted for this advantage to the Union alone. The moment of its dissolution will be the date of a new order of things. The fears of the weaker, or the ambition of the stronger States, or Confederacies, will set the same example in the New, as Charles VII. did in the Old World. The example will be followed here from the same motives which produced universal imitation there. Instead of deriving from our situation the precious advantage which Great Britain has derived from hers, the face of America will be but a copy of that of the continent of Europe. It will present liberty everywhere crushed between standing armies and perpetual taxes. The fortunes of disunited America will be even more disastrous than those of Europe. The sources of evil in the latter are confined to her own limits. No superior powers of another quarter of the globe intrigue among her rival nations, inflame their mutual animosities, and render them the instruments of foreign ambition, jealousy, and revenge. In America the miseries springing from her internal jealousies, contentions, and wars, would form a part only of her lot. A plentiful addition of evils would have their source in that relation in which Europe stands to this quarter of the earth, and which no other quarter of the earth bears to Europe.

This picture of the consequences of disunion cannot be too highly colored, or too often exhibited. Every man who loves peace, every man who loves his country, every man who loves liberty, ought to have it ever before his eyes, that he may cherish in his heart a due attachment to the Union of America, and be able to set a due value on the means of preserving it.

Next to the effectual establishment of the Union, the best possible precaution against danger from standing armies is a limitation of the term for which revenue may be appropriated to their support. This precaution the Constitution has prudently added. I will not repeat here the observations which I flatter myself have placed this subject in a just and satisfactory light. But it may not be improper to take notice of an argument against this part of the Constitution, which has been drawn from the policy and practice of Great Britain. It is said that the continuance of an army in that kingdom requires an annual vote of the legislature; whereas the American Constitution has lengthened this critical period to two years. This is the form in which the comparison is usually stated to the public: but is it a just form? Is it a fair comparison? Does the British Constitution restrain the parliamentary discretion to one year? Does the American impose on the Congress appropriations for two years? On the contrary, it cannot be unknown to the authors of the fallacy themselves, that the British Constitution fixes no limit whatever to the discretion of the legislature, and that the American ties down the legislature to two years, as the longest admissible term.

Had the argument from the British example been truly stated, it would have stood thus: The term for which supplies may be appropriated to the army establishment, though unlimited by the British Constitution, has nevertheless, in practice, been limited by parliamentary discretion to a single year. Now, if in Great Britain, where the House of Commons is elected for seven years; where so great a proportion of the members are elected by so small a proportion of the people; where the electors are so corrupted by the representatives, and the representatives so corrupted by the Crown, the representative body can possess a power to make appropriations to the army for an indefinite term, without desiring, or without daring, to extend the term beyond a single year, ought not suspicion herself to blush, in pretending that the representatives of the United States, elected FREELY by the WHOLE BODY of the people, every SECOND YEAR, cannot be safely intrusted with the discretion over such appropriations, expressly limited to the short period of TWO YEARS?

A bad cause seldom fails to betray itself. Of this truth, the management of the opposition to the federal government is an unvaried exemplification. But among all the blunders which have been committed, none is more striking than the attempt to enlist on that side the prudent jealousy entertained by the people, of standing armies. The attempt has awakened fully the public attention to that important subject; and has led to investigations which must terminate in a thorough and universal conviction, not only that the constitution has provided the most effectual guards against danger from that quarter, but that nothing short of a Constitution fully adequate to the national defense and the preservation of the Union, can save America from as many standing armies as it may be split into States or Confederacies, and from such a progressive augmentation, of these establishments in each, as will render them as burdensome to the properties and ominous to the liberties of the people, as any establishment that can become necessary, under a united and efficient government, must be tolerable to the former and safe to the latter.

The palpable necessity of the power to provide and maintain a navy has protected that part of the Constitution against a spirit of censure, which has spared few other parts. It must, indeed, be numbered among the greatest blessings of America, that as her

Union will be the only source of her maritime strength, so this will be a principal source of her security against danger from abroad. In this respect our situation bears another likeness to the insular advantage of Great Britain. The batteries most capable of repelling foreign enterprises on our safety, are happily such as can never be turned by a perfidious government against our liberties.

The inhabitants of the Atlantic frontier are all of them deeply interested in this provision for naval protection, and if they have hitherto been suffered to sleep quietly in their beds; if their property has remained safe against the predatory spirit of licentious adventurers; if their maritime towns have not yet been compelled to ransom themselves from the terrors of a conflagration, by yielding to the exactions of daring and sudden invaders, these instances of good fortune are not to be ascribed to the capacity of the existing government for the protection of those from whom it claims allegiance, but to causes that are fugitive and fallacious. If we except perhaps Virginia and Maryland, which are peculiarly vulnerable on their eastern frontiers, no part of the Union ought to feel more anxiety on this subject than New York. Her seacoast is extensive. A very important district of the State is an island. The State itself is penetrated by a large navigable river for more than fifty leagues. The great emporium of its commerce, the great reservoir of its wealth, lies every moment at the mercy of events, and may almost be regarded as a hostage for ignominious compliances with the dictates of a foreign enemy, or even with the rapacious demands of pirates and barbarians. Should a war be the result of the precarious situation of European affairs, and all the unruly passions attending it be let loose on the ocean, our escape from insults and depredations, not only on that element, but every part of the other bordering on it, will be truly miraculous. In the present condition of America, the States more immediately exposed to these calamities have nothing to hope from the phantom of a general government which now exists; and if their single resources were equal to the task of fortifying themselves against the danger, the object to be protected would be almost consumed by the means of protecting them.

The power of regulating and calling forth the militia has been already sufficiently vindicated and explained.

The power of levying and borrowing money, being the sinew of that which is to be exerted in the national defense, is properly thrown into the same class with it. This power, also, has been examined already with much attention, and has, I trust, been clearly shown to be necessary, both in the extent and form given to it by the Constitution. I will address one additional reflection only to those who contend that the power ought to have been restrained to external taxation by which they mean, taxes on articles imported from other countries. It cannot be doubted that this will always be a valuable source of revenue; that for a considerable time it must be a principal source; that at this moment it is an essential one. But we may form very mistaken ideas on this subject, if we do not call to mind in our calculations, that the extent of revenue drawn from foreign commerce must vary with the variations, both in the extent and the kind of imports; and that these variations do not correspond with the progress of population, which must be the general measure of the public wants. As long as agriculture continues the sole field of labor, the importation of manufactures must increase as the consumers multiply. As soon as domestic manufactures are begun by the hands not called for by agriculture, the imported manufactures will decrease as the numbers of people increase. In a more remote stage, the imports may consist in a considerable part of raw materials, which will be wrought into articles for exportation, and will, therefore, require rather the encouragement of bounties, than to be loaded with discouraging duties. A system of government, meant for duration, ought to contemplate these revolutions, and be able to accommodate itself to them.

Some, who have not denied the necessity of the power of taxation, have grounded a very fierce attack against the Constitution, on the language in which it is defined. It has been urged and echoed, that the power «to lay and collect taxes, duties, imposts, and excises, to pay the debts, and provide for the common defense and general welfare of the United States,» amounts to an unlimited commission to exercise every power which may be alleged to be necessary for the common defense or general welfare. No stronger proof could be given of the distress under which these writers labor for objections, than their stooping to such a misconstruction.

Had no other enumeration or definition of the powers of the Congress been found in the Constitution, than the general expressions just cited, the authors of the objection might have had some color for it; though it would have been difficult to find a reason for so awkward a form of describing an authority to legislate in all possible cases. A power to destroy the freedom of the press, the trial by jury, or even to regulate the course of descents, or the forms of conveyances, must be very singularly expressed by the terms «to raise money for the general welfare. «

But what color can the objection have, when a specification of the objects alluded to by these general terms immediately follows, and is not even separated by a longer pause than a semicolon? If the different parts of the same instrument ought to be so expounded, as to give meaning to every part which will bear it, shall one part of the same sentence be excluded altogether from a share in the meaning;

and shall the more doubtful and indefinite terms be retained in their full extent, and the clear and precise expressions be denied any signification whatsoever? For what purpose could the enumeration of particular powers be inserted, if these and all others were meant to be included in the preceding general power? Nothing is more natural nor common than first to use a general phrase, and then to explain and qualify it by a recital of particulars. But the idea of an enumeration of particulars which neither explain nor qualify the general meaning, and can have no other effect than to confound and mislead, is an absurdity, which, as we are reduced to the dilemma of charging either on the authors of the objection or on the authors of the Constitution, we must take the liberty of supposing, had not its origin with the latter.

The objection here is the more extraordinary, as it appears that the language used by the convention is a copy from the articles of Confederation. The objects of the Union among the States, as described in article third, are «their common defense, security of their liberties, and mutual and general welfare. « The terms of article eighth are still more identical: «All charges of war and all other expenses that shall be incurred for the common defense or general welfare, and allowed by the United States in Congress, shall be defrayed out of a common treasury,» etc. A similar language again occurs in article ninth. Construe either of these articles by the rules which would justify the construction put on the new Constitution, and they vest in the existing Congress a power to legislate in all cases whatsoever. But what would have been thought of that assembly, if, attaching themselves to these general expressions, and disregarding the specifications which ascertain and limit their import, they had exercised an unlimited power of providing for the common defense and general welfare? I appeal to the objectors themselves, whether they would in that case have employed the same reasoning in justification of Congress as they now make use of against the convention. How difficult it is for error to escape its own condemnation!

Publius

LẬP PHÁP (HẠ VIỆN)

FEDERALIST 52

Cơ Quan Đại Diện

James Madison hoặc **Alexander Hamilton***

Thưa Đồng Bào Tiểu Bang New York,

Bốn bài trước đã xét các vấn đề có tính tổng quát, trong bài này tôi chuyển sang xem xét kỹ hơn các bộ phận của chính quyền. Tôi sẽ bắt đầu với Cơ Quan Đại Diện [1].

Đối với bộ phận này của chính quyền điều đầu tiên cần xét là điều kiện trở thành cử tri và người được bầu. Điều kiện của người trước cũng sẽ như điều kiện của cử tri cho bộ phận đông thành viên nhất trong các cơ quan lập pháp ở Tiểu Bang [2]. Quyền bầu cử đã được xác định rất rõ là một bộ phận cơ bản của chính thể cộng hòa. Vì vậy, Hội Nghị [3] đã có trách nhiệm xác định và thiết lập quyền này vào Hiến Pháp. Với lý do vừa nêu, sẽ là không đúng đắn nếu để ngỏ quyền này cho Quốc Hội tự phát điều chỉnh. Cùng lý do như thế,

1. "House of Representatives" (thường được dịch là *hạ viện*) là một trong hai viện của cơ quan lập pháp (quốc hội) của Mỹ, viện kia là *thượng viện* (senate). Hạ viện gồm các thành viên có tính đại diện cho nhân dân nói chung, mỗi thành viên được bầu trực tiếp từ dân chúng và đại diện cho một số lượng dân chúng xác định. Trong khi đó, thượng viện gồm các thành viên có tính đại diện cho các tiểu bang, mỗi tiểu bang, lớn, nhỏ, đều có hai đại diện tại thượng viện. Xem thêm FP 62; *Thuật ngữ* mục "Cơ quan đại diện".

2. Tức cơ quan đại diện tại các tiểu bang.

3. Tức hội nghị lập hiến Philadelphia.

cũng là không đúng đắn nếu để quyền này cho các nhánh lập pháp của Tiểu Bang quyết định; thêm nữa, làm như thế còn làm cho bộ phận này của chính quyền liên bang, chỉ nên phụ thuộc duy nhất vào nhân dân [4], sẽ trở thành quá lệ thuộc vào các chính quyền các Tiểu Bang. Nếu gò các điều kiện khác nhau của các Tiểu Bang vào cùng một lối cai trị thì giờ đây nhiều Tiểu Bang hẳn phải bất mãn và Hội Nghị đã phải gặp thêm nhiều khó khăn. Do đó, đề xuất của Hội Nghị đang tỏ rõ là các đại biểu đã chọn được cách tốt nhất. Lựa chọn này chắc chắn sẽ làm hài lòng mọi Tiểu Bang vì nó có thể thuận hợp với các chuẩn mực đã hoặc có thể sẽ được lập bởi chính các Tiểu Bang. Nó sẽ đảm bảo an toàn cho Hợp chúng Quốc [5], vì, do được các hiến pháp các Tiểu Bang tuân thủ, sẽ không thể bị biến đổi bởi chính quyền các Tiểu Bang và không thể có nguy cơ nhân dân các Tiểu Bang sẽ biến cải bộ phận này trong hiến pháp của họ để lược đi các quyền được Hiến Pháp liên bang đảm bảo dành cho họ.

Điều kiện của người được bầu, dầu ít được xác định kỹ càng và đầy đủ trong các hiến pháp các Tiểu Bang, và đồng thời là vấn đề có thể phải chấp nhận sự đồng nhất, đã được Hội Nghị xem xét và điều chỉnh hết sức hợp lý. Người đại diện cho Hợp Chúng Quốc phải có tuổi đời ít nhất 25 năm; phải có bảy năm làm công dân của Hợp Chúng Quốc; phải là cư dân của Tiểu Bang sẽ đại diện vào lúc được bầu; và, trong khi đại diện, không được giữ một chức vụ nào của Hợp Chúng Quốc. Với những giới hạn hợp lý này, cánh cửa của bộ phận này trong chính quyền liên bang sẽ luôn để mở cho mọi người đủ điều kiện, dù là bản địa hay nhập cư, trẻ hay già và bất kể nghèo, giàu, tín giáo.

Nhiệm kỳ cho các đại diện là vấn đề thứ hai cần xem xét đối với

4. "nhân dân" ở đây có tính chất toàn liên bang.

5. "United States".

nhánh quyền lực này. Để xác định sự đúng đắn cho vấn đề này, cần phải xét hai câu hỏi: Một, phải chăng bầu cử chu kỳ hai năm sẽ an toàn cho bộ phận quyền lực này? Hai, phải chăng bầu cử hai năm là cần thiết hay thiết thực?

Thứ Nhất. Vì điều cốt yếu cho tự do là chính quyền về tổng quát phải có cùng lợi ích với nhân dân, vậy điều cực kỳ cốt yếu là bộ phận này [6] của chính quyền phải lệ thuộc trực tiếp vào, và phải có sự đồng cảm mật thiết với nhân dân. Đương nhiên, bầu cử định kỳ là phương tiện duy nhất để sự lệ thuộc và đồng cảm này được đảm bảo đầy đủ. Nhưng thường kỳ ở mức nào để có thể tuyệt đối đảm bảo đạt được mục đích này lại tỏ ra không thể định được chính xác, và còn bị lệ thuộc vào nhiều yếu tố liên đới khác. Như vậy, chúng ta cần phải tham khảo kinh nghiệm, kẻ dẫn đường đáng tin cậy mỗi khi chúng ta gặp được.

Cơ chế đại diện, một cách thay cho việc tất cả mọi công dân cùng gặp gỡ nhau trực tiếp, nếu có cũng rất không phổ biến ở thời cổ nên chúng ta chỉ có thể hy vọng tìm được các bài học về cơ chế này trong những thời gần đây. Ngay cả như thế, để tránh sa vào thông tin quá mông lung, dàn trải, chúng ta cũng nên tự giới hạn vào một số mô hình nổi tiếng nhất và có sự tương đồng lớn nhất với hoàn cảnh riêng của chúng ta. Vì vậy, mô hình đầu tiên phù hợp với tiêu chí này là Viện Thứ Dân [7] ở Đại Anh quốc. Lịch sử của nhánh quyền lực này trong Hiến Pháp Anh tiền Magna Carta [8] quá mờ mịt nên không cho

6. Tức cơ quan đại diện.

7. “the House of Commons”, tương đương với hạ viện.

8. Magna Carta (Đại hiến chương) - một khế ước chính trị nổi tiếng giữa nhóm quí tộc Anh với Vua John vào năm 1215 thường được coi là dấu mốc cho sự bắt đầu của *thượng tôn pháp luật* (the rule of law) hay tinh thần *hiến pháp*. Khế ước đó qui định Vua Anh phải tôn trọng một số quyền dân sự và chính trị của giới quí tộc hoặc muốn thay đổi phải có sự ưng thuận trước của họ.

nhiều thông tin. Ngay sự tồn tại của nó vẫn là một nghi vấn trong giới chính trị học. Các ghi chép sớm nhất của thời sau này cho biết nghị viện chỉ HỌP hàng năm; không phải được BẦU hàng năm. Và, ngay cả các phiên họp thường niên này cũng bị lệ thuộc quá nhiều vào ý chỉ quân vương tới mức những cuộc ngừng trệ lâu và nghiêm trọng lại thường do Hoàng Gia tạo ra với nhiều lý cớ khác nhau. Để chữa trị vấn nạn này, dưới triều Charles II [9], có một bản luật qui định các khoảng ngừng họp không được dài quá ba năm. Lúc William III [10] lên ngôi, khi một cuộc cách mạng về chính quyền [11] nổ ra, vấn đề đã được quan tâm trở lại nghiêm túc hơn và có qui định rằng một trong những quyền cơ bản của nhân dân là nghị viện phải hoạt động [12] THƯỜNG KỲ. Vài năm sau, trong cùng triều đại, một luật khác đã được thông qua trong đó thuật ngữ "thường kỳ", trước đó hàm ý là khoảng thời gian ba năm dưới triều Charles II, đã được chuyển thành nghĩa chính xác với qui định rằng một nghị viện mới phải được triệu tập trong vòng ba năm sau khi nghị viện cũ kết thúc. Sự thay đổi cuối cùng, từ ba năm thành bảy năm, chúng ta biết rõ là mới được thực hiện vào khoảng đầu thế kỷ này [13] trong sự báo động về việc dòng họ Hanover sẽ nối ngôi [14]. Các sự kiện này cho thấy tần

9. Charles II (1630-1685) vua của ba vương quốc England, Scotland và Ireland, trên thực tế từ 1660-1685. Mặc dầu đã được nối ngôi sau khi vua cha Charles I (1600-1649) bị hành hình nhưng Charles II phải đi lưu vong 9 năm do biến động chính trị.

10. William III (1650-1702) vua của ba vương quốc England, Scotland và Ireland từ 1689-1702.

11. Đây là cuộc cách mạng rất nổi tiếng của Anh, thường được biết với cái tên Glorious Revolution 1688 (cách mạng vinh quang 1688), có ý nghĩa rất quan trọng cho các cải cách chính trị sau này theo hướng thượng tôn pháp luật và dân chủ.

12. "parliaments ought to be held", động từ "to hold" ở thể bị động có nghĩa rộng, không cụ thể, ở đây có thể hiểu là "họp", "tổ chức" hay "bầu cử".

13. Thế kỷ XVIII.

14. Hanover là một dòng họ quyền thế châu Âu, nối tiếp dòng họ Stuart trong việc trị vì Great Britain (gồm England, Scotland, Wales) và Ireland từ 1714-1901.

suất bầu cử nghị viện thưa nhất, được coi là cần thiết trong vương quốc đó, để buộc các đại diện phải lệ thuộc vào cử tri, là không quá ba năm. Và nếu chúng ta căn cứ vào mức độ tự do đạt được ngay cả qua các cuộc bầu cử chu kỳ bảy năm, và xét cả những yếu tố bất lợi khác trong cấu trúc nghị viện, thì chúng ta không thể nghi ngờ việc giảm chu kỳ từ bảy năm xuống ba năm, cùng với những cải cách cần thiết khác, sẽ làm cho nhân dân có thêm nhiều ảnh hưởng lên các đại diện và chúng ta phải hài lòng thấy rằng bầu cử chu kỳ hai năm trong hệ thống liên bang sẽ không thể đe dọa đặc tính tiên quyết của Cơ quan Đại diện là phải lệ thuộc vào cử tri.

Bầu cử ở Ireland, mãi gần đây, vẫn hoàn toàn bị điều khiển bởi quân vương và hiếm khi được bầu lại, trừ những lúc có quân vương mới hoặc có biến cố đặc biệt. Nghị viện thời George II [15] đã cứ thế suốt cả triều đại của ông, trong khoảng 35 năm. Lệ thuộc duy nhất của các đại diện vào nhân dân là ở quyền của người dân thỉnh thoảng được bỏ phiếu bầu một vài đại diện mới để trám một số chỗ bị khuyết và ở cơ hội mỗi lúc có một biến cố nào đó buộc phải có tổng tuyển cử mới. Khả năng của nghị viện Ireland đảm bảo quyền cho cử tri, trong phạm vi có thể của khả năng này, cũng bị khóa rất chặt bằng sự kiểm soát của quân vương về các chủ đề bàn luận. Những xiềng xích vừa nói, nếu tôi không nhầm, gần đây mới được phá bỏ; nhưng nghị viện chu kỳ tám năm vừa mới được thiết lập. Cải cách phiến diện này sẽ đem lại những hệ quả nào, chỉ có tương lai mới có thể biết [16]. Nhưng những gì đã xem ở đây cho thấy mô hình Ireland không có mấy giá trị cho vấn đề đang bàn. Kết luận lớn nhất

15. George II (1683-1760) vua của Great Britain và Ireland từ 1727-1760. Ông là vua Anh cuối cùng được sinh ở ngoài Great Britain.

16. Tác giả của FP thường có tư duy thận trọng trong việc đánh giá những sự kiện đương thời và thường có tư duy: cần phải có thời gian mới có thể hiểu được thấu đáo một vấn đề đương thời, gọi là "kinh nghiệm tương lai", "further experience" hoặc "future experience". Xem thêm FP 37 ghi chú 6; FP 64 ghi chú 15.

có thể rút ra được từ Ireland là nếu nhân dân của đất nước này với tất cả những bất lợi vừa kể còn có khả năng duy trì được sự tự do nào đó thì ưu thế của bầu cử chu kỳ hai năm sẽ đảm bảo cho họ có mọi mức độ tự do - điều có lẽ cần phải được đặt trên mối quan hệ đúng đắn giữa những người đại diện cho họ và chính bản thân họ.

Bây giờ chúng ta hãy tìm hiểu những gì gần chúng ta hơn. Thực trạng các Tiểu Bang khi vẫn còn là thuộc địa Anh là những ví dụ vừa đặc biệt vừa quá rõ để không cần nhiều lời. Nguyên tắc đại diện, ít nhất ở một nhánh của lập pháp [17], đã được thiết lập trong tất cả các Tiểu Bang. Nhưng chu kỳ bầu cử khác nhau, thay đổi từ một tới bảy năm. Với việc xem lại tinh thần và ứng xử của các đại diện của dân trước Cách Mạng, liệu chúng ta có lý do nào để suy rằng bầu cử chu kỳ hai năm gây nguy hiểm cho các quyền tự do của xã hội? Tinh thần đã biểu tỏ ở khắp mọi nơi khi cách mạng bùng nổ và vượt được mọi trở ngại để đi đến độc lập là bằng chứng tốt nhất cho thấy dân chúng khắp nơi đã được hưởng một bầu tự do đủ để vừa biết say mê giá trị của tự do vừa biết khao khát có tự do nhiều hơn một cách đúng mực. Thực trạng này đúng với tất cả các thuộc địa khi đó, cả những nơi từng có bầu cử thưa nhất hay mau nhất. Virginia là thuộc địa đầu tiên đã đứng lên kháng lại các lạm quyền của nghị viện Đại Anh; đây cũng là nơi đầu tiên có cơ quan lập pháp đưa ra quyết nghị độc lập. Tuy nhiên, nếu thông tin của tôi không sai, tại Virginia các cuộc bầu cử trước đó đã có chu kỳ bảy năm. Trường hợp đặc biệt này được đưa ra xem xét không phải vì nó là bằng chứng cho một giá trị đặc biệt nào, bởi việc nêu trường hợp này phần lớn có tính ngẫu nhiên; và với những lợi thế ít hơn trong các bầu cử chu kỳ BẢY NĂM, khi so với bất kỳ chu kỳ mau hơn nào, cũng đều không thể chấp nhận được; nhưng đây là một bằng chứng, tôi coi là một bằng chứng rất

17. Tức assembly. Xem *Thuật ngữ* mục "Nghị hội bình dân" và "Hội đồng".

quan trọng, để thấy các tự do của nhân dân không thể bị đe dọa bởi các cuộc bầu cử chu kỳ HAI NĂM [18].

Xem lại ba tình huống sau chúng ta sẽ càng thấy kết luận vừa rút từ những mô hình trên là thuyết phục. Thứ nhất, cơ quan lập pháp liên bang sẽ chỉ có một phần thẩm quyền lập pháp tối cao - điều được giao hoàn toàn cho Nghị Viện Anh [19]; và, trừ một vài ngoại lệ, thẩm quyền này cũng đã được giao hoàn toàn cho các nghị hội thuộc địa [20], và cơ quan lập pháp Ireland. Một thành ngữ nổi tiếng và rất có lý là, nếu không phải trong hoàn cảnh đặc biệt, quyền lực càng lớn thì thời gian cho nó càng phải ngắn và, ngược lại, quyền càng nhỏ thì càng an toàn nếu thời gian dành cho nó càng dài. Thứ hai, như đã được chứng minh [21], chúng ta đã thấy cơ quan lập pháp liên bang sẽ không chỉ bị kiềm chế, như mọi cơ quan lập pháp khác, bởi sự lệ thuộc của nó vào nhân dân, mà còn sẽ luôn bị để ý và khống chế bởi nhiều cơ quan lập pháp phụ cận khác [22] - đây là điều mọi cơ quan lập pháp khác không có. Thứ ba, các phương tiện trong các nhánh quyền lực có nhiệm kỳ dài hơn của chính quyền liên bang có thể dùng để dụ dỗ Cơ Quan Đại Diện rời xa bổn phận đối với nhân dân không thể nào mạnh bằng các phương tiện trong các nhánh quyền lực khác của chính quyền (đã nêu trước đây) có thể dùng để tác động lên nhánh quyền lực mạnh mẽ này [23]. Do vậy, với ít quyền lực hơn

18. Một trong những lý do để nhóm Anti-federalist phản đối bản Hiến Pháp là chu kỳ bầu cơ quan lập pháp được đề xuất là hai (2) năm, theo họ là quá dài dễ làm cho lập pháp lạm quyền, họ muốn là hàng năm.

19. Có lẽ ý tác giả là quốc hội Mỹ có quyền lập pháp nhưng không có tuyệt đối, vì mọi dự luật khi đã được quốc hội thông qua còn phải được tổng thống ký duyệt mới có hiệu lực. Để bác bỏ sự phủ quyết (veto) của tổng thống thì quốc hội lại phải thông qua lần nữa với tối thiểu 2/3 thành viên quốc hội (cả hai viện) đồng ý.

20. "colonial assemblies". Xem *Thuật ngữ* mục "Nghị hội bình dân".

21. Xem FP 46. A.A.

22. Tức các cơ quan lập pháp riêng của các tiểu bang.

23. "popular branch" - tức cơ quan đại diện, chữ popular ở đây vừa có nghĩa nổi

để lạm dụng, các đại diện liên bang sẽ vừa ít có nguy cơ bị dụ dỗ lại vừa bị kiểm soát gấp đôi.

Publius

* Trong bảy (7) nguồn người dịch tham khảo (nêu trong Lưu ý về bản dịch) có hai nguồn (oll.libertyfund.org; bản dịch Pháp văn *Le Fédéraliste* của Anne Amiel) cho rằng bài này của James Madison. Còn lại năm (5) nguồn kia vẫn để tồn nghi giữa James Madison và Alexander Hamilton. Ở đây người dịch theo sự tồn nghi này. Nhưng tại sao lại để tên James Madison trước Alexander Hamilton? Việc xếp đặt này dựa trên nghiên cứu công phu và lập luận rất chặt chẽ và nhân bản của Jacob E. Cooke (người biên soạn cuốn *The Federalist* xuất bản năm 1961).

(Bài này xuất bản lần đầu trên báo *The New York Packet* ngày 08 tháng Hai 1788, trên báo *The Independent Journal* ngày 09 tháng Hai 1788. Bài này đánh số 52 trong sách của Nhà McLean, số 51 khi in trên các báo vừa nói.)

---

tiếng, được yêu quí, tin cậy, vừa có nghĩa có nguồn gốc từ nhân dân, từ đa số cộng đồng.

FEDERALIST No. 52

To the People of the State of New York:

FROM the more general inquiries pursued in the four last papers, I pass on to a more particular examination of the several parts of the government. I shall begin with the House of Representatives.

The first view to be taken of this part of the government relates to the qualifications of the electors and the elected. Those of the former are to be the same with those of the electors of the most numerous branch of the State legislatures. The definition of the right of suffrage is very justly regarded as a fundamental article of republican government. It was incumbent on the convention, therefore, to define and establish this right in the Constitution. To have left it open for the occasional regulation of the Congress, would have been improper for the reason just mentioned. To have submitted it to the legislative discretion of the States, would have been improper for the same reason; and for the additional reason that it would have rendered too dependent on the State governments that branch of the federal government which ought to be dependent on the people alone. To have reduced the different qualifications in the different States to one uniform rule, would probably have been as dissatisfactory to some of the States as it would have been difficult to the convention. The provision made by the convention appears, therefore, to be the best that lay within their option. It must be satisfactory to every State, because it is conformable to the standard already established, or which may be established, by the State itself. It will be safe to the United States, because, being fixed by the State constitutions, it is not alterable by the State governments, and it cannot be feared that the people of the States will alter this part of their constitutions in such a manner as to abridge the rights secured to them by the federal Constitution.

The qualifications of the elected, being less carefully and properly defined by the State constitutions, and being at the same time more susceptible of uniformity, have been very properly considered and regulated by the convention. A representative of the United States must be of the age of twenty-five years; must have been seven years a citizen of the United States; must, at the time of his election, be an inhabitant of the State he is to represent; and, during the time of his service, must be in no office under the United States. Under these reasonable limitations, the door of this part of the federal government is open to merit of every description, whether native or adoptive, whether young or old, and without regard to poverty or wealth, or to any particular profession of religious faith.

The term for which the representatives are to be elected falls under a second view which may be taken of this branch. In order to decide on the propriety of this article, two questions must be considered: first, whether biennial elections will, in this case, be safe; secondly, whether they be necessary or useful.

First. As it is essential to liberty that the government in general should have a common interest with the people, so it is particularly essential that the branch of it under consideration should have an immediate dependence on, and an intimate sympathy with, the people. Frequent elections are unquestionably the only policy by which this dependence and sympathy can be effectually secured. But what particular degree of frequency may be absolutely necessary for the purpose, does not appear to be susceptible of any precise calculation, and must depend on a variety of circumstances with which it may be connected. Let us consult experience, the guide that ought always to be followed whenever it can be found.

The scheme of representation, as a substitute for a meeting of the citizens in person, being at most but very imperfectly known to ancient polity, it is in more modern times only that we are to expect instructive examples. And even here, in order to avoid a research too vague and diffusive, it will be proper to confine ourselves to the few examples which are best known, and which bear the greatest analogy to our particular case. The first to which this character ought to be applied, is the House of Commons in Great Britain. The history of this branch of the English Constitution, anterior to the date of Magna Charta, is too obscure to yield instruction. The very existence of it has been made a question among political antiquaries. The earliest records of subsequent date prove that parliaments were to SIT only every year; not that they were to be ELECTED every year. And even these annual sessions were left so much at the discretion of the monarch, that, under various pretexts, very long and dangerous intermissions were often contrived by royal ambition. To remedy this grievance, it was provided by a statute in the reign of Charles II. , that the intermissions should not be protracted beyond a period of three years. On the accession of William III., when a revolution took place in the government, the subject was still more seriously resumed, and it was declared to be among the fundamental rights of the people that parliaments ought to be held FREQUENTLY. By another statute, which passed a few years later in the same reign, the term «frequently,» which had alluded to the triennial period settled in the time of Charles II., is reduced to a precise meaning, it being expressly enacted that a new parliament shall be called within three years after the termination of the former. The last change, from three to seven years, is well known to have been introduced pretty early in the present century, under on alarm for the Hanoverian succession. From these facts it appears that the greatest frequency of elections which has been deemed necessary in that kingdom, for binding the representatives to their constituents, does not exceed a triennial return of them. And if we may argue from the degree of liberty retained even under septennial elections, and all the other vicious ingredients in the parliamentary constitution, we cannot doubt that a reduction of the period from seven to three years, with the other necessary reforms, would so far extend the influence of the people over their representatives as to satisfy us that biennial elections, under the federal system, cannot possibly be dangerous to the requisite dependence of the House of Representatives on their constituents.

Elections in Ireland, till of late, were regulated entirely by the discretion of the crown, and were seldom repeated, except on the accession of a new prince, or some other contingent event. The parliament which commenced with George II. was continued throughout his whole reign, a period of about thirty-five years. The only dependence of the representatives on the people consisted in the right of the latter to supply occasional vacancies by the election of new members, and in the chance of some event which might produce a general new election. The ability also of the Irish parliament to maintain the rights of their constituents, so far as the disposition might exist, was extremely shackled by the control of the crown over the subjects of their deliberation. Of late these shackles, if I mistake not, have been broken; and octennial parliaments have besides been established. What effect may be produced by this partial reform, must be left to further experience. The example of Ireland, from this view of it, can throw but little light on the subject. As far as we can draw any conclusion from it, it must be that if the people of that country have been able under all these disadvantages to retain any liberty whatever, the advantage of biennial elections would secure to them every degree of liberty, which might depend on a due connection between their representatives and themselves.

Let us bring our inquiries nearer home. The example of these States, when British colonies, claims particular attention, at the same time that it is so well known as to require little to be said on it. The principle of representation, in one branch of the legislature at least, was established in all of them. But the periods of election were different. They varied from one to seven years. Have we any reason to infer, from the spirit and conduct of the representatives of the people, prior to the Revolution, that biennial elections would have been dangerous to the public liberties? The spirit which everywhere displayed itself at the commencement of the struggle, and which vanquished the obstacles to independence, is the best of proofs that a sufficient portion of liberty had been everywhere enjoyed to inspire both a sense of its worth and a zeal for its proper enlargement. This remark holds good, as well with regard to the then colonies whose elections were least frequent, as to those whose elections were most frequent Virginia was the colony which stood first in resisting the parliamentary usurpations of Great Britain; it was the first also in espousing, by public act, the resolution of independence. In Virginia, nevertheless, if I have not been misinformed, elections under the former government were septennial. This particular example is brought into view, not as a proof of any peculiar merit, for the priority in those instances was probably accidental; and still less of any advantage in SEPTENNIAL elections, for when compared with a greater frequency they are inadmissible; but merely as a proof, and I conceive it to be a very substantial proof, that the liberties of the people can be in no danger from BIENNIAL elections.

The conclusion resulting from these examples will be not a little strengthened by recollecting three circumstances. The first is, that the federal legislature will possess a part only of that supreme legislative authority which is vested completely in the British Parliament; and which, with a few exceptions, was exercised by the colonial assemblies and the Irish legislature. It is a received and well-founded maxim, that where no other circumstances affect the case, the greater the power is, the shorter ought to be its duration; and, conversely, the smaller the power, the more safely may its duration be protracted. In the second place, it has, on another occasion, been shown that the federal legislature will not only be restrained by its dependence on its people, as other legislative bodies are, but that it will be, moreover, watched and controlled by the several collateral legislatures, which other legislative bodies are not. And in the third place, no comparison can be made between the means that will be possessed by the more permanent branches of the federal government for seducing, if they should be disposed to seduce, the House of Representatives from their duty to the people, and the means of influence over the popular branch possessed by the other branches of the government above cited. With less power, therefore, to abuse, the federal representatives can be less tempted on one side, and will be doubly watched on the other.

Publius

FEDERALIST 53

Cơ Quan Đại Diện (tiếp theo)

Alexander Hamilton hoặc **James Madison***

Thưa Đồng Bào Tiểu Bang New York,

Ở đây, có lẽ, tôi SẼ phải nhớ lại một nhận xét phổ biến, rằng "Ở đâu bầu cử thường niên chấm dứt, ở đó bạo quyền bắt đầu". Nếu sự thật đúng là, như vẫn thường thấy, những cách ngôn đã trở thành ngạn ngữ thường dựa trên lý tính, thì điều đúng đắn không kém: một khi được chấp nhận chúng lại thường được vận dụng cho những tình trạng không thuộc lý tính của chúng. Tôi không cần phải tìm dẫn chứng ngoài tình trạng chúng ta đang xem xét. Nhưng nhận xét có tính ngạn ngữ vừa nói được dựa trên lý tính nào? Không người nào lại tự làm cho mình kỳ cục bằng việc cho rằng có một liên đới tự nhiên giữa mặt trời, hoặc các mùa, với những lúc đức hạnh con người có thể chống lại được các cám dỗ của quyền lực. Thật may cho loài người, ở phương diện này, tự do không bị giới hạn vào bất kỳ thời điểm nào; nhưng nó nằm giữa các điểm cực có độ rộng đủ chấp nhận tất cả các biến thể do các bối cảnh, điều kiện đa dạng của xã hội công dân đòi hỏi. Nếu cần, việc bầu chọn công chức có thể tiến hành hàng ngày, hàng tuần hoặc hàng tháng, cũng như hàng năm giống như một số nơi đang làm; và nếu hoàn cảnh đòi hỏi phải làm khác đi so với qui định ở phương diện này thì sao lại không thể ở phương diện kia? Nhìn lại các thời đoạn chúng ta đã tự lập trong việc bầu ra nhánh đông nhất [1] trong cơ quan lập pháp tại các Tiểu Bang, chúng ta thấy chúng hoàn toàn không còn có gì giống nhau nhiều hơn, về thời đoạn, so với các cuộc bầu các công chức dân sự khác. Ở Connecticut và Rhode Island, thời đoạn là nửa năm. Tại các Tiểu Bang khác, trừ South Carolina, là hàng năm. Ở South Carolina, là hai năm giống như đề xuất cho chính quyền liên bang. Như vậy, chênh lệch giữa nơi có chu kỳ thưa nhất và mau nhất là 4-1; nhưng không hề dễ nói Connecticut hay Rhode Island được quản trị tốt hơn hoặc được hưởng nhiều tự do lý tính [2] hơn South Carolina; hoặc một trong hai Tiểu Bang này đặc biệt hơn về các phương diện đó, và vì thế, khác biệt hơn các Tiểu Bang có bầu cử khác với cả hai.

Khi tìm các cơ sở cho nguyên lý tổng quát về vấn đề này tôi chỉ có thể tìm thấy một điều nhưng nó lại hoàn toàn không tương thích cho trường hợp của chúng ta. Có một khác biệt quan trọng được hiểu rất rõ ở Mỹ là, giữa Hiến Pháp do nhân dân thiết lập và không thể bị thay đổi bởi chính quyền, với luật do chính quyền làm ra và chính quyền có thể thay đổi. Đây là những điều dường như vẫn chưa được biết đến nhiều và cũng ít thấy hiện diện ở bất kỳ quốc gia nào khác. Từ trước tới nay, ta thường thấy bất cứ bộ phận nào sinh ra quyền tối cao về lập pháp thì luôn được coi là nơi có đầy đủ thẩm quyền để thay đổi dạng thức chính quyền [3]. Ngay ở Đại Anh

1. Tức Assembly, một nhánh quyền lực trong cấu trúc quyền lực công thời các tiểu bang vẫn còn là thuộc địa. Nhánh này thường có số người nhiều nhất so với các nhánh quyền lực khác và là những người có tính chất đại diện của dân. Nhánh này tương đương với hạ viện sau này. Xem thêm *Thuật ngữ* mục "Nghị hội bình dân".

2. "rational liberty", có lẽ tác giả ngụ ý muốn nói tới các quyền con người sinh ra từ lý trí và ý thức, như tự do ngôn luận, tự do tôn giáo, tự do chính trị, hơn là các quyền xuất phát từ các bản năng sinh lý như ăn, uống, tình dục.

3. Ở đây tác giả muốn phê phán việc cơ quan lập pháp từ trước tới nay luôn có quyền thay đổi cấu trúc chính quyền bất kỳ khi nào. Theo tác giả, việc tu chính hiến pháp (luật gốc về chính quyền) chỉ có thể do nhân dân quyết định vì nhân dân là nguồn của hiến pháp.

Quốc - nơi các nguyên lý về tự do chính trị và tự do dân sự được bàn luận nhiều nhất và cũng là nơi chúng ta nghe thấy nhiều nhất về các quyền của Hiến Pháp thì thẩm quyền Nghị Viện vẫn là siêu việt và bất khả kiểm soát so với cả Hiến Pháp lẫn các đối tượng lập pháp thông thường. Vì vậy, bằng hành động lập pháp, Nghị Viện Anh đã nhiều lần thay đổi cả một số bộ phận cơ bản nhất của chính quyền [4]. Đặc biệt, nhiều lần họ còn thay đổi cả thời hạn bầu cử; và, lần gần đây nhất, họ chẳng những thay bầu cử ba năm thành bảy năm lại còn, bằng cùng điều luật, tự cho bản thân tiếp tục tại vị thêm bốn năm vượt quá thời hạn do nhân dân đã ấn định khi bầu họ. Những hành động nguy hiểm đó vẫn liên tục làm các môn đệ của chính thể tự do - chính thể có hòn đá tảng là bầu cử thường kỳ - phải giật mình và buộc họ phải tìm biện pháp an ninh để chống lại nguy hiểm mà tự do đang đối mặt. Ở đâu Hiến Pháp - cơ sở tối quan trọng cho chính quyền - không tồn tại hoặc không thể thiết lập - ở đó sẽ không thể có an ninh hiến định để thực thi [5] giống như đã được thiết lập ở Hợp Chúng Quốc [6]. Vì vậy, người ta đã phải tìm thêm biện pháp an ninh khác; và trong trường hợp này có biện pháp an ninh nào tốt hơn việc chọn và dựa vào một thời đoạn vừa đơn giản vừa thân quen như một tiêu chuẩn để đo lường sự nguy hiểm của những cải biến, để chỉnh sửa tình cảm quốc gia và để tập hợp các nỗ lực ái quốc? Thời đoạn đơn giản nhất và thân quen nhất cho vấn đề này đã được coi là một năm; và vì thế mà nguyên lý có tính tổng quát này vẫn đang được tích cực quảng bá bằng những nỗ lực quí giá để dựng lên rào

4. Tức nghị viện Anh tự ra các luật để thay đổi cấu trúc chính quyền (hiến pháp).

5. "constitutional security", tức sự bảo vệ do *hiến pháp* định ra để đảm bảo cho *tự do* và *chính thể tự do* không bị xâm hại hay thay đổi một cách tùy tiện. Đây là một triết lý mới về quản trị quốc gia vào lúc nước Mỹ thiết lập và cũng là triết lý xa lạ đối với các xã hội hiện đang phải sống trong các chính thể độc tài, nhất là độc tài cộng sản.

6. "the United States", một cách gọi ngắn gọn của "the United States of America"

chắn chống lại các biến cải từ từ của loại chính quyền vô giới hạn có mức độ bạo quyền thường được xác định bằng khoảng cách nó rời xa điểm cố định: bầu cử thường niên. Nhưng nhu cầu nào khiến cần phải áp dụng biện pháp này vào một chính quyền đã bị giới hạn bởi thẩm quyền tối cao của một Hiến Pháp, như chính quyền liên bang trong tương lai? Hoặc ai sẽ cho rằng các tự do của nhân dân Mỹ, với bầu cử chu kỳ hai năm hằng định do Hiến Pháp qui định, sẽ không được đảm bảo bằng ở những quốc gia có bầu cử thường niên hoặc mau hơn nhưng lại có thể bị thay đổi bởi quyền lực thông thường của chính quyền? [7]

Câu hỏi thứ hai chính là nỗi băn khoăn phải chăng bầu cử chu kỳ hai năm là cần thiết và thiết thực. Các phân tích rất rõ ràng sau đây sẽ cho thấy sự trả lời đúng đắn cho câu hỏi này là khẳng định: đúng thế!

Không ai có thể thành nhà lập pháp giỏi nếu khả năng đánh giá sáng suốt và tâm nguyện thẳng thắn của ông ta không được bổ sung một hiểu biết nhất định về các chủ đề lập pháp liên quan. Một phần của hiểu biết này có thể thu được bằng tiếp nhận thông tin trong cộng đồng con người, cả chốn riêng tư lẫn nơi công cộng. Phần hiểu biết còn lại chỉ có thể đạt được, hoặc ít nhất đạt được một cách đầy đủ, qua trải nghiệm thực sự trong công việc yêu cầu phải có sự hiểu biết đó. Vì vậy, thời gian phục vụ, trong các công việc này, phải nên tỷ lệ với qui mô hiểu biết thực tế tối thiểu để có đủ năng lực phục vụ. Thời đoạn phục vụ trong nhánh lập pháp có số thành viên đông nhất trong phần lớn các Tiểu Bang, như chúng ta thường thấy, đã thành lệ

7. Ở đây tác giả nêu ra một rủi ro trong cấu trúc chính trị của nước Anh. Nước Anh không có hiến pháp thành văn nhưng vẫn có bầu cử để chọn ra các đại diện của dân. Vì thế các đại diện được bầu của dân Anh có thể tùy tiện đưa ra các luật làm lợi cho họ nhưng gây hại cho lợi ích chung của xã hội và đất nước.

là một năm. Vậy, vấn đề có thể diễn đạt đơn giản thế này: phải chăng thời đoạn hai năm không mang lại mức độ hiểu biết cần thiết cho công việc lập pháp liên bang tốt hơn thời đoạn một năm ở các Tiểu Bang? Chính sự diễn đạt vấn đề theo cách này đã gợi cho ta thấy câu trả lời cần có rồi.

Trong riêng một Tiểu Bang, hiểu biết cần có là những gì liên quan tới các luật hiện hành, thường có tính đồng nhất trong toàn Tiểu Bang, và ít nhiều mọi công dân đều đã biết; đối với công việc chung của Tiểu Bang, thường ở trong một phạm vi nhỏ, các luật đó không quá đa dạng và luôn thu hút được nhiều chú ý, bàn luận của mọi tầng lớp dân chúng. Nhưng qui mô rộng lớn của Hợp Chúng Quốc sẽ đưa tới một tình trạng rất khác. Khi đó, các luật đều không đồng nhất vì chúng thay đổi ở mọi Tiểu Bang; đồng thời việc quản trị Liên Hiệp lại trải trên một khu vực rất rộng và hết sức đa dạng do liên đới với các sự vụ địa phương khác nhau, và sẽ khó có thể truyền đạt chính xác sự quản trị liên hiệp cho các nơi nếu không thực hiện điều này tại các hội đồng trung ương – nơi tập hợp các tri thức về quản trị công do các đại diện của mọi miền trong đế quốc [8] đem tới. Tuy nhiên, các đại biểu từ mỗi Tiểu Bang cần phải có sự hiểu biết nhất định về công việc, và cả về luật, của tất cả các Tiểu Bang. Làm sao có thể điều chỉnh đúng đắn hoạt động ngoại thương bằng khuôn khổ pháp luật đồng nhất nhưng thiếu sự thông thuộc về thương mại, cầu cảng, tập quán và các qui định của các Tiểu Bang? Làm sao có thể điều chỉnh hợp lý thương mại giữa các Tiểu Bang nếu không có chút hiểu biết nào về hoàn cảnh riêng của họ đối với vấn đề này hay vấn đề khác? Làm sao có thể ấn định thuế một cách khôn ngoan và

8. "empire", trong tư duy của các chính trị gia Mỹ và học giả đương thời, từ "đế quốc" hay "đế chế" không có nghĩa xấu. *Đế quốc* nhằm chỉ một quốc gia độc lập về chủ quyền, hùng mạnh về năng lực và rộng lớn về lãnh thổ với nhiều sắc tộc khác nhau. Từ "đế quốc" đã được sử dụng nói về Hợp Chúng Quốc trong FP 40.

thu được thuế một cách hiệu quả nếu các đại diện không biết thông cảm với các luật lệ khác nhau và các điều kiện địa phương liên quan trong các Tiểu Bang khác nhau? Làm sao có thể có chính sách thống nhất đúng đắn về quân sự nếu không có hiểu biết tương tự về các hoàn cảnh nội tại riêng biệt đã làm cho các Tiểu Bang khác nhau? Đó là những mục tiêu trọng yếu của cơ quan lập pháp liên bang, và chúng cho thấy các đại diện của liên bang bắt buộc phải có vốn hiểu biết rất rộng. Những mục tiêu nội tại khác cũng sẽ yêu cầu phải có thêm những hiểu biết tương ứng.

Nhưng rồi tất cả các khó khăn này sẽ được giảm thiểu, từ từ và đáng kể. Vậy nhiệm vụ vất vả nhất sẽ là làm sao phải tạo ra được một chính quyền đúng đắn và lập ra được một bộ luật tiên khởi cho liên bang. Rồi sau đó các cải tiến, sửa đổi hàng năm cho các thiết kế ban đầu sẽ dần dần dễ hơn và giảm bớt đi. Các hoạt động của chính quyền trong quá khứ sẽ là nguồn thông tin vừa sẵn sàng vừa chắc chắn cho các thành viên mới. Công việc của Liên Hiệp sẽ càng ngày trở thành chủ đề gợi trí tò mò và bàn luận của công dân ở khắp nơi. Sự tương tác gia tăng giữa các chính quyền Tiểu Bang sẽ đóng góp không nhỏ vào việc truyền bá hiểu biết lẫn nhau trong công việc giữa các Tiểu Bang và, hệ quả, làm cho phong tục, luật pháp giữa các Tiểu Bang trở nên gần gũi, hòa đồng với nhau. Nhưng với tất cả những thuận lợi đó, công việc lập pháp liên bang vẫn vượt quá xa công việc lập pháp của một Tiểu Bang, ở cả độ khó lẫn độ mới, và cho thấy sự đúng đắn cần phải tạo thời đoạn phục vụ dài hơn cho những người sẽ đảm trách công vụ này [9].

Một nhóm tri thức cần cho người đại diện liên bang, vẫn chưa được đề cập, là nhóm kiến thức về ngoại giao. Để điều chỉnh các

9. Ở đây tác giả ý thức được thực tế và tầm quan trọng trong việc đào tạo dần dần và lâu dài về các hiểu biết chính trị cho các đại diện của dân. A.A.

hoạt động thương mại của chính chúng ta, người đại diện này chẳng những phải biết các thỏa ước giữa Hợp Chúng Quốc với các nước khác lại còn phải thông thuộc cả chính sách thương mại và luật lệ của các nước đó nữa. Ông ta [10] không thể mù tịt về luật pháp của các quốc gia khác; bởi chừng nào chúng còn là một mục tiêu đúng đắn của lập pháp địa phương thì chúng còn cần cho chính quyền liên bang. Và dù Cơ Quan Đại Diện không tham gia trực tiếp vào các bản thảo, các thỏa thuận với nước ngoài, nhưng do sự liên đới tất yếu giữa các nhánh công vụ với nhau, những công việc đặc biệt này sẽ thường xuyên cần phải được chú ý trong tiến trình lập pháp và có lúc còn đòi hỏi phải được sự cho phép và hợp tác đặc biệt của cơ quan lập pháp nữa. Không còn nghi ngờ gì, một phần của tri thức này có thể có được qua sự tự học của cá nhân; nhưng phần còn lại chỉ có thể có được từ các nguồn tin công cộng; và tất cả các tri thức này sẽ được thủ đắc với hiệu quả tốt nhất khi chúng được vận dụng thực tế vào vấn đề trong quá trình phục vụ thực sự tại cơ quan lập pháp.

Còn một số vấn đề khác, có thể ít quan trọng hơn, nhưng không phải không đáng quan tâm. Khoảng cách địa lý mà nhiều đại diện sẽ phải di chuyển và các nhu cầu cần thiết do khoảng cách đó gây ra có thể sẽ trở thành những trở ngại lớn hơn cho những người đủ năng lực nhưng thời gian phục vụ có giới hạn chỉ là một năm thay vì được mở rộng lên hai năm. Vấn đề này không thể có sự phản đối từ các đại biểu trong Quốc Hội hiện nay. Bởi, đúng là họ được bầu hàng năm; nhưng việc tái cử của họ lại được các nghị hội lập pháp [11] coi gần như là chuyện đương nhiên. Nhưng việc bầu ra các đại diện bởi nhân dân sẽ không bị khống chế bởi những nguyên tắc này.

10. Đại từ "ông ta" (he) ở đây cho thấy sự phân biệt nam-nữ trong xã hội đương thời.

11. "legislative assemblies".

Như vẫn thấy trong mọi nghị hội vừa nói, một vài thành viên sẽ có những tài năng vượt trội và, bằng cách tái cử liên tiếp, sẽ trở thành các thành viên thường trực; họ sẽ là những người hết sức lão luyện về việc công, và có thể sẽ không do dự lợi dụng các lợi thế này. Trong khi đó nếu tỷ lệ các thành viên mới càng nhiều và nếu thông tin về toàn thể thành viên càng ít ỏi thì những thành viên mới sẽ càng dễ có nguy cơ rơi vào các cạm bẫy đã được giăng sẵn cho họ. Điều này không phải ít khả năng xảy ra cho mối quan hệ sẽ có giữa Cơ Quan Đại Diện và Thượng Viện.

Đó là một bất tiện đi kèm với các ưu điểm trong các cuộc bầu cử thường kỳ của chúng ta, ngay cả đối với các Tiểu Bang rộng lớn và mỗi năm chỉ có một phiên họp lập pháp, khiến các cuộc bầu cử gian lận vẫn không thể bị điều tra và bác bỏ kịp thời để không gây tác hại. Và nếu có thể tái cử với bất kể mọi cách phi pháp, thì thành viên bất chính đã ngồi trong nghị hội chắc chắn sẽ giữ được ghế trong thời gian đủ cho việc thực hiện các ý đồ của họ. Thành ra, việc sử dụng cách thức phi pháp để được tái cử bất chính lại được khuyến khích một cách tai hại. Do đó, nếu cơ quan lập pháp liên bang phải bầu lại hàng năm, những cuộc bầu này sẽ dễ có khả năng trở thành các hoạt động đầy gian dối, đặc biệt ở các Tiểu Bang xa xôi. Trong khi mỗi Viện [12] đang, như điều cần phải, là người phán xét về bầu cử, về các điều kiện và cả sự tái cử của các thành viên; và bất kể những cải tiến nào do kinh nghiệm đề xuất có thể làm đơn giản hóa và tăng nhanh việc giải quyết các tranh chấp thì vẫn không thể tránh được phải cần một khoảng thời gian rất lớn của cả một năm trước để có thể bãi ghế của thành viên bất chính, và chính điều này làm cho khả năng có thể ngăn được các ghế gian lận, phi pháp trở nên quá mong manh.

12. "house", nghĩa là mỗi viện lập pháp, cơ quan đại diện (hạ viện) và thượng viện.

Như vậy, toàn bộ các xem xét vừa trình bày đang đảm bảo để chúng ta khẳng định rằng bầu cử chu kỳ hai năm sẽ vừa thiết thực cho việc công và, như chúng ta đã thấy, vừa an toàn cho tự do của nhân dân.

Publius

* Trong bảy (7) nguồn người dịch tham khảo có bốn (4) nguồn (oll.libertyfund.org; www.constitution.org; *The Federalist* do Jacob E. Cooke soạn; bản dịch Pháp văn *Le Fédéraliste* của Anne Amiel) cho rằng bài này của James Madison. Ba nguồn kia vẫn để tồn nghi giữa Alexander Hamilton và James Madison. Người dịch tuân theo sự tồn nghi cũng như việc đặt thứ tự tên hai tác giả của ba nguồn này.

(Bài này xuất bản lần đầu trên báo *The Independent Journal* ngày 09 tháng Hai 1788, trên báo *The New York Packet* ngày 12 tháng Hai 1788. Bài này đánh số 53 trong sách của Nhà McLean, số 52 khi in trên các báo vừa nói.)

FEDERALIST No. 53

The Same Subject Continued

To the People of the State of New York:

I SHALL here, perhaps, be reminded of a current observation, «that where annual elections end, tyranny begins. « If it be true, as has often been remarked, that sayings which become proverbial are generally founded in reason, it is not less true, that when once established, they are often applied to cases to which the reason of them does not extend. I need not look for a proof beyond the case before us. What is the reason on which this proverbial observation is founded? No man will subject himself to the ridicule of pretending that any natural connection subsists between the sun or the seasons, and the period within which human virtue can bear the temptations of power. Happily for mankind, liberty is not, in this respect, confined to any single point of time; but lies within extremes, which afford sufficient latitude for all the variations which may be required by the various situations and circumstances of civil society. The election of magistrates might be, if it were found expedient, as in some instances it actually has been, daily, weekly, or monthly, as well as annual; and if circumstances may require a deviation from the rule on one side, why not also on the other side? Turning our attention to the periods established among ourselves, for the election of the most numerous branches of the State legislatures, we find them by no means coinciding any more in this instance, than in the elections of other civil magistrates. In Connecticut and Rhode Island, the periods are half-yearly. In the other States, South Carolina excepted, they are annual. In South Carolina they are biennial as is proposed in the federal government. Here is a difference, as four to one, between the longest and shortest periods; and yet it would be not easy to show, that Connecticut or Rhode Island is better governed, or enjoys a greater share of rational liberty, than South Carolina; or that either the one or the other of these States is distinguished in these respects, and by these causes, from the States whose elections are different from both.

In searching for the grounds of this doctrine, I can discover but one, and that is wholly inapplicable to our case. The important distinction so well understood in America, between a Constitution established by the people and unalterable by the government, and a law established by the government and alterable by the government, seems to have been little understood and less observed in any other country. Wherever the supreme power of legislation has resided, has been supposed to reside also a full power to change the form of the government. Even in Great Britain, where the principles of political and civil liberty have been most discussed, and where we hear most of the rights of the Constitution, it is maintained that the authority of the Parliament is transcendent and uncontrollable, as well with regard to the Constitution, as the ordinary objects of legislative provision. They have accordingly, in several instances, actually changed, by legislative acts, some of the most fundamental articles of the government. They have in particular, on several occasions, changed the period of election; and, on the last occasion, not only introduced septennial in place of triennial elections, but by the same act, continued themselves in place four years beyond the term for which they were elected by the people. An attention to these dangerous practices has produced a very natural alarm in the votaries of free government, of which frequency of elections is the corner-stone; and has led them to seek for some security to liberty, against the danger to which it is exposed. Where no Constitution, paramount to the government, either existed or could be obtained, no constitutional security, similar to that established in the United States, was to be attempted. Some other security, therefore, was to be sought for; and what better security would the case admit, than that of selecting and appealing to some simple and familiar portion of time, as a standard for measuring the danger of innovations, for fixing the national sentiment, and for uniting the patriotic exertions? The most simple and familiar portion of time, applicable to the subject was that of a year; and hence the doctrine has been inculcated by a laudable zeal, to erect some barrier against the gradual innovations of an unlimited government, that the advance towards tyranny was to be calculated by the distance of departure from the fixed point of annual elections. But what necessity can there be of applying this expedient to a government limited, as the federal government will be, by the authority of a paramount Constitution? Or who will pretend that the liberties of the people of America will not be more secure under biennial elections, unalterably fixed by such a Constitution, than those of any other nation would be, where elections were annual, or even more frequent, but subject to alterations by the ordinary power of the government?

The second question stated is, whether biennial elections be necessary or useful. The propriety of answering this question in the affirmative will appear from several very obvious considerations.

No man can be a competent legislator who does not add to an upright intention and a sound judgment a certain degree of knowledge of the subjects on which he is to legislate. A part of this knowledge may be acquired by means of information which lie within the compass of men in private as well as public stations. Another part can only be attained, or at least thoroughly attained, by actual experience in the station which requires the use of it. The period of service, ought, therefore, in all such cases, to bear some proportion to the extent of practical knowledge requisite to the due performance of the service. The period of legislative service established in most of the States for the more numerous branch is, as we have seen, one year. The question then may be put into this simple form: does the period of two years bear no greater proportion to the knowledge requisite for federal legislation than one year does to the knowledge requisite for State legislation? The very statement of the question, in this form, suggests the answer that ought to be given to it.

In a single State, the requisite knowledge relates to the existing laws which are uniform throughout the State, and with which all the citizens are more or less conversant; and to the general affairs of the State, which lie within a small compass, are not very diversified, and occupy much of the attention and conversation of every class of people. The great theatre of the United States presents a very different scene. The laws are so far from being uniform, that they vary in every State; whilst the public affairs of the Union are spread throughout a very extensive region, and are extremely diversified by the local affairs connected with them, and can with difficulty be correctly learnt in any other place than in the central councils to which a knowledge of them will be brought by the representatives of every part of the empire. Yet some knowledge of the affairs, and even of the laws, of all the States, ought to be possessed by the members from each of the States. How can foreign trade be properly regulated by uniform laws, without some acquaintance with the commerce, the ports, the usages, and the regulatious of the different States? How can the trade between the different States be duly regulated, without some knowledge of their relative situations in these and other respects? How can taxes be judiciously imposed and effectually collected, if they be not accommodated to the different laws and local circumstances relating to these objects in the different States? How can uniform regulations for the militia be duly provided, without a similar knowledge of many internal circumstances by which the States are distinguished from each other? These are the principal objects of federal legislation, and suggest most forcibly the extensive information which the representatives ought to acquire. The other interior objects will require a proportional degree of information with regard to them.

It is true that all these difficulties will, by degrees, be very much diminished. The most laborious task will be the proper inauguration of the government and the primeval formation of a federal code. Improvements on the first draughts will every year become both easier and fewer. Past transactions of the government will be a ready and accurate source of information to new members. The affairs of the Union will become more and more objects of curiosity and conversation among the citizens at large. And the increased intercourse among those of different States will contribute not a little to diffuse a mutual knowledge of their affairs, as this again will contribute to a general assimilation of their manners and laws. But with all these abatements, the business of federal legislation must continue so far to exceed, both in novelty and difficulty, the legislative business of a single State, as to justify the longer period of service assigned to those who are to transact it.

A branch of knowledge which belongs to the acquirements of a federal representative, and which has not been mentioned is that of foreign affairs. In regulating our own commerce he ought to be not only acquainted with the treaties between the United States and other nations, but also with the commercial policy and laws of other nations. He ought not to be altogether ignorant of the law of nations; for that, as far as it is a proper object of municipal legislation, is submitted to the federal government. And although the House of Representatives is not immediately to participate in foreign negotiations and arrangements, yet from the necessary connection between the several branches of public affairs, those particular branches will frequently deserve attention in the ordinary course of legislation, and will sometimes demand particular legislative sanction and co- operation. Some portion of this knowledge may, no doubt, be acquired in a man's closet; but some of it also can only be derived from the public sources of information; and all of it will be acquired to best effect by a practical attention to the subject during the period of actual service in the legislature.

There are other considerations, of less importance, perhaps, but which are not unworthy of notice. The distance which many of the representatives will be obliged to travel, and the arrangements rendered necessary by that circumstance, might be much more serious objections with fit men to this service, if limited to a single year, than if extended to two years. No argument can be drawn on this subject, from the case of the delegates to the existing Congress. They are elected annually, it is true; but their re-election is considered by the legislative assemblies almost as a matter of course. The election of the representatives by the people would not be governed by the same principle.

A few of the members, as happens in all such assemblies, will possess superior talents; will, by frequent reelections, become members of long standing; will be thoroughly masters of the public business, and perhaps not unwilling to avail themselves of those advantages. The greater the proportion of new members, and the less the information of the bulk of the members the more apt will they be to fall into the snares that may be laid for them. This remark is no less applicable to the relation which will subsist between the House of Representatives and the Senate.

It is an inconvenience mingled with the advantages of our frequent elections even in single States, where they are large, and hold but one legislative session in a year, that spurious elections cannot be investigated and annulled in time for the decision to have its due effect. If a return can be obtained, no matter by what unlawful means, the irregular member, who takes his seat of course, is sure of holding it a sufficient time to answer his purposes. Hence, a very pernicious encouragement is given to the use of unlawful means, for obtaining irregular returns. Were elections for the federal legislature to be annual, this practice might become a very serious abuse, particularly in the more distant States. Each house is, as it necessarily must be, the judge of the elections, qualifications, and returns of its members; and whatever improvements may be suggested by experience, for simplifying and accelerating the process in disputed cases, so great a portion of a year would unavoidably elapse, before an illegitimate member could be dispossessed of his seat, that the prospect of such an event would be little check to unfair and illicit means of obtaining a seat.

All these considerations taken together warrant us in affirming, that biennial elections will be as useful to the affairs of the public as we have seen that they will be safe to the liberty of the people.

Publius

LẬP PHÁP (THƯỢNG VIỆN)

FEDERALIST 62

Thượng Viện

James Madison hoặc **Alexander Hamilton***

Kính gửi Đồng Bào Tiểu Bang New York,

Sau khi vừa xem xét cấu trúc của Cơ Quan Đại Diện [1], và trả lời các phản bác đáng được ghi nhận, nay tôi sẽ chuyển sang xem xét Thượng Viện. Các mục chính cần xem xét cho thành phần này của chính quyền là: I. Điều kiện để ứng cử thượng nghị sỹ. II. Sự bổ nhiệm bởi cơ quan lập pháp Tiểu Bang. III. Tính bình đẳng về đại diện trong Thượng Viện. IV. Số lượng thượng nghị sỹ và nhiệm kỳ của họ. V. Các quyền giao cho Thượng Viện.

I. Các điều kiện dự định cho thượng nghị sỹ, khác với điều kiện của đại diện [2], là có tuổi đời cao hơn và thời gian làm công dân lâu hơn. Thượng nghị sỹ phải ít nhất 30 tuổi; còn đại diện 25 tuổi. Thượng nghị sỹ phải đã là công dân được ít nhất 9 năm; trong khi đại diện là 7 năm. Sự đúng đắn của các khác biệt này xuất phát từ trong cốt lõi bổn phận của thượng viện: không chỉ yêu cầu phải có thông tin nhiều hơn và có tính ổn định lớn hơn, mà còn đòi hỏi thượng

1. "House of Representatives" tức hạ viện. Xem *Thuật ngữ* mục "Cơ quan đại diện".

2. "representatives", tức các thành viên của cơ quan đại diện (hạ viện) thường được dịch là «hạ nghị sỹ " hay "dân biểu", được nhân dân bầu theo thể thức trực tiếp. Nhưng từ "dân biểu" chỉ đại diện của hạ viện sẽ dễ gây hiểu lầm vì từ sau năm 1913 đến nay các thượng nghị sỹ cũng do dân bầu.

nghị sỹ phải là người đã có một thời gian sống đủ để có khả năng đáp ứng được các yêu cầu đó; và, khi tham gia trực tiếp vào các sứ vụ với ngoại quốc, bổn phận này không bị thực hiện bởi một người không tuyệt đối lìa khỏi các thành kiến, tập quán liên đới tới giáo dục và nguồn gốc sinh ra ở ngoại quốc. Thời gian 9 năm rõ ràng là một trung dung thận trọng để tránh hai thái cực: sự loại bỏ hoàn toàn mọi công dân nhập cư có công trạng, tài năng đáng được công chúng tin tưởng, và sự chấp nhận bừa bãi, hấp tấp có thể gây sơ hở cho ngoại bang tác động tới các cơ quan quốc gia.

II. Cũng không cần thiết phải nói nhiều về việc các thượng nghị sỹ được bổ nhiệm bởi các cơ quan lập pháp Tiểu Bang [3]. Trong nhiều phương án có thể đã được thiết kế dành cho nhánh chính quyền này thì phương án do Hội Nghị [4] đề xuất có thể là cách thức hòa hợp nhất với công luận. Phương án này được đưa ra là vì nó có một ưu tính kép: vừa khuyến khích sự bổ nhiệm tinh lọc [5], vừa tạo cho các chính quyền Tiểu Bang một thiết chế để tác động vào quá trình hình thành chính quyền liên bang hầu giữ an toàn cho quyền lực của họ, và lại tạo được một liên kết tốt đẹp cho hai hệ thống [6].

III. Sự bình đẳng về đại diện trong Thượng Viện, là kết quả thỏa hiệp rõ ràng giữa các mong muốn đối lập nhau giữa các Tiểu Bang lớn và nhỏ, là điểm hiện không cần phải bàn luận nhiều. Nếu quả thật hai điều này đúng đắn: trong một cộng đồng người đã gắn kết hoàn toàn với nhau thành một dân tộc thì mỗi bộ phận của cộng đồng cần phải có đại diện TỶ LỆ tương ứng trong chính quyền; và trong các Quốc Gia độc lập, có chủ quyền riêng biệt đã cùng nhau

3. Tu chính án hiến pháp số 17 vào năm 1913 đã thay đổi cách bổ nhiệm này thành do dân bầu trực tiếp tại các tiểu bang. Và như thế, từ 1913 tới nay các thượng nghị sỹ về bản chất cũng là "dân biểu".

4. Hội nghị lập hiến Philadelphia.

5. "a select appointment".

6. Hệ thống chính quyền tiểu bang và liên bang.

hiệp thành một thực thể thì các thành phần đó, dù qui mô không bằng nhau, phải có đại diện BẰNG NHAU trong các cơ quan chung, thì rõ ràng không phải không có lý khi trong một nước cộng hòa phức hợp [7] (mang cả đặc tính quốc gia và liên bang) chính quyền cần được xây trên nguyên tắc hỗn hợp, vừa theo đại diện tỷ lệ vừa theo đại diện bình đẳng. Nhưng sẽ là thừa để thử thách về lý thuyết một phần nào đó của bản Hiến Pháp đã được tất cả công nhận là kết quả không phải từ lý thuyết mà là từ "tinh thần thân ái, và sự đồng tôn trọng và cùng nhân nhượng lẫn nhau do tình thế chính trị đặc biệt của chúng ta đòi hỏi." [8]Một chính quyền chung, có các nhánh quyền lực bình đẳng như nhau trước các mục tiêu trị quốc, đang là đòi hỏi của nhân dân Mỹ và còn là đòi hỏi cấp thiết hơn trong thực trạng chính trị của Mỹ hiện nay. Một chính quyền có nguyên tắc nền tảng thiên về nguyện vọng của các tiểu bang lớn sẽ không thể nhận được đồng tình từ các tiểu bang nhỏ. Vậy, đối với các tiểu bang lớn, sự lựa chọn chỉ còn là giữa mô hình chính quyền đang được đề xuất hoặc một mô hình chính quyền sẽ bị phản đối mạnh hơn. Trong tình thế này, sự khôn ngoan và thận trọng buộc phải chấp nhận điều ít xấu hơn; và, thay vì miên man vào việc tiên đoán vô ích các rắc rối có thể, chúng ta nên xem xét kỹ các hệ quả có lợi có thể bù đắp những gì đã phải hy sinh.

Với tinh thần này, có thể thấy ngay rằng quyền bỏ phiếu bình đẳng dành cho mỗi tiểu bang là sự xác nhận hiến định về một phần chủ quyền được giữ lại trong từng tiểu bang và là một công cụ để bảo toàn cho *quyền chủ tể đọng lại* [9] này. Vì vậy, tính chất bình đẳng này không hề ít có lợi hơn cho tiểu bang lớn so với tiểu bang nhỏ;

7. "compound republic".

8. Phần trích này thuộc lá thư của George Washington gửi Chủ Tịch Quốc Hội ngày 17 tháng Chín 1787. A.A.

9. "residuary sovereignty" - thuật ngữ này nhằm nói đến những quyền quyết định được phép dành riêng cho các tiểu bang. Thuật ngữ này đã được dùng trong FP 39.

vì họ cũng muốn không kém phải bằng mọi cách chống lại một sự hợp nhất không đúng đắn các tiểu bang thành một nước cộng hòa đơn giản.

Đặc tính này của Thượng Viện còn sinh ra một ưu tính khác: tạo thêm một ngáng trở nữa cho các hành động lập pháp sai trái. Luật hoặc nghị quyết sẽ không thể thiết lập khi thiếu sự phê chuẩn đồng thời, trước, của đa số nhân dân và, sau, của đa số tiểu bang [10]. Nhưng phải nhận thấy rằng sự kiểm soát phức tạp này đối với việc lập pháp, trong một số trường hợp, là vừa tác hại vừa sinh lợi [11]; và sự phòng vệ đặc biệt này, có tính ưu ái cho các tiểu bang nhỏ, sẽ tỏ ra hữu lý hơn nữa vì, nếu thiếu nó, các tiểu bang này sẽ bị đe dọa nghiêm trọng khi có một số quyền lợi chung khác biệt với quyền lợi của các tiểu bang lớn. Nhưng do các tiểu bang lớn luôn có khả năng, vì có sức mạnh về nguồn lực, đánh đổ các nỗ lực bất hợp lý trong việc sử dụng đặc quyền này của các tiểu bang nhỏ, và do các chính quyền của chúng ta thường rất dễ mắc các căn bệnh lập pháp và lập pháp thái quá [12], nên không phải không thể có khả năng trên thực tế sự thiết kế này của Hiến Pháp còn mang lại nhiều tiện ích hơn nữa so với những gì đang được hình dung trong tâm tưởng của nhiều người.

IV. Số lượng thượng nghị sỹ và thời gian tại nhiệm sẽ được bàn ở đây. Để đánh giá chính xác hai điểm này chúng ta cần phải đi sâu vào các nhiệm vụ của một thượng viện; và để biết rõ những nhiệm vụ này, chúng ta sẽ phải xem lại các rắc rối một nước cộng hòa sẽ

10. Ở đây chúng ta lại thấy tư duy phân biệt hai nhánh lập pháp của tác giả, coi hạ viện là đại diện của dân và thượng viện là đại diện của thực thể tiểu bang, mặc dầu về bản chất chung đều là đại diện.

11. "có hại" tác giả ngụ ý ở đây chính là sự bế tắc của lập pháp có thể xảy ra khi thượng viện bác bỏ các dự luật do hạ viện trình lên. Vấn đề này cũng đã được nêu trong FP 58. A.A.

12. Ở đây chúng ta nên nhớ lại ý tưởng của Thomas Jefferson về "sự độc tài của lập pháp".

phải chịu đựng khi thiếu vắng một thiết chế như thế.

Đầu Tiên. Một điều không may cho chính quyền cộng hòa, dù ở mức nhỏ hơn so với các dạng chính quyền khác, là những người quản trị chính quyền có thể lãng quên các bổn phận đối với cử tri và phản bội sự phó thác lớn lao của công chúng dành cho họ. Xem như vậy, một thượng viện, với tư cách là nhánh thứ hai của cơ quan lập pháp, có cấu tạo khác nhưng cùng chia quyền lực với nhánh thứ nhất [13], sẽ là một chiếc phanh hãm uy lực [14] lên chính quyền trong mọi tình huống. Nó tăng gấp đôi sự an toàn cho dân chúng bằng cách đòi hỏi phải có sự nhất trí của hai thực thể riêng biệt mới có thể thực hiện được sự lạm quyền hoặc phản trắc mà, nếu khác, chỉ cần lòng tham hoặc tha hóa của một thực thể thôi là đủ. Đây là một biện pháp đề phòng được dựng trên những nguyên tắc đã rất sáng tỏ, và hiện được mọi người ở Hợp Chúng Quốc hiểu rất rõ tới mức sẽ làm phiền khi nói nhiều thêm. Tôi sẽ chỉ nói thêm rằng, dựa trên cơ sở độ dị biệt về cấu tạo giữa hai cơ quan này càng tăng thì càng làm cho khả năng câu kết hắc ám giữa chúng với nhau càng khó xảy ra, vì thế cần phải sáng suốt làm cho chúng tách biệt nhau bằng tất cả các điều kiện miễn là vẫn mang lại một sự hòa hợp đúng mực trong mọi hành động đúng đắn và chúng nhất quán với các nguyên lý chân thực của chính thể cộng hòa.

Thứ Hai. Sự cần thiết của thượng viện có nguồn gốc không kém quan trọng là: do khuynh hướng của tất cả các nghị hội đơn thể và đông đúc thường nhượng bộ trước xung lực của các xúc cảm bạo liệt, bất ngờ, và thường bị các thủ lãnh bè phái dụ dỗ kéo vào các quyết định bốc đồng, nguy hại. Không thể nêu hết các ví dụ cho sự thể này; từ các diễn tiến trong Hợp Chúng Quốc và từ lịch sử của các quốc gia khác. Nhưng một quan điểm không có mâu thuẫn sẽ

13. Tức hạ viện.

14. "salutary check".

không cần phải chứng minh. Tất cả những điều cần phải ghi nhận là: cái bộ phận dành để sửa chữa tính chất ngả nghiêng như thế thì bản thân nó cần phải thoát khỏi tính chất này, tức là nó cần phải có ít thành viên hơn. Nó cũng cần phải có tính thật vững vàng, và, vì thế cần phải giữ quyền của nó trong một nhiệm kỳ có thời gian dài.

Thứ Ba. Một thượng viện sẽ giải quyết được một khuyết tật khác là: sự thiếu hiểu biết đầy đủ các đối tượng và nguyên tắc của pháp luật. Không thể có một tập hợp người - mà phần lớn họ phải từ bỏ các mưu cầu cá nhân để đảm trách việc công trong một thời gian ngắn và không có động cơ thường trực để tận hiến thời gian nghỉ ngơi vào việc trau dồi, tìm hiểu pháp luật, công việc và các lợi ích đầy đủ của đất nước - khi được phó mặc hoàn toàn lại sẽ tránh được các sai sót nghiêm trọng khác nhau trong khi thực thi sứ mệnh lập pháp. Chúng ta có thể xác quyết, dựa trên những cơ sở chắc nhất, rằng một phần không nhỏ trong những rối bời hiện có của Mỹ sẽ phải qui cho các sai phạm của các chính quyền của chúng ta; và, hầu hết những sai phạm này có nguyên nhân từ trí tuệ hơn là con tim của những người đã tạo ra chúng. Quả thật, tất cả những điều luật để bãi bỏ, giải thích và tu chỉnh luật, đang làm đầy và làm mất giá những bộ luật dày cộp, còn là cái gì khi chúng chứa đầy các dấu chứng của thiểu trí; đầy những hạch tội của phiên sau đối với phiên trước; đầy những cảnh báo nhân dân về giá trị của các trợ giúp có thể đến từ một thượng viện đã được xây dựng rất cẩn thận?

Một chính quyền tốt ngụ ý hai điều: thứ nhất, trung thành với mục đích của chính quyền là đem lại hạnh phúc cho nhân dân; thứ hai, biết được cách tốt nhất để đạt được mục đích đó. Một số chính quyền thiếu cả hai phẩm tính này; còn đa số thiếu điều thứ nhất. Tôi không ngại ngần khẳng định rằng các chính quyền ở Mỹ gần như không để tâm tới điều thứ hai. Bản Hiến Pháp liên bang đang tránh sai lầm này; và điều cần đặc biệt ghi nhận là Hiến Pháp này cung cấp cho điều thứ hai một phương thức làm tăng sự chắc chắn cho điều thứ nhất.

Thứ Tư. Tính chất thay đổi của các cơ quan công do thường nhanh có thành viên mới, bất kể điều kiện nào đặt ra cho họ, cho thấy nhất thiết phải có một thiết chế ổn định trong chính quyền bằng cách mạnh mẽ nhất. Mọi cuộc bầu cử mới trong các tiểu bang hiện nay đều thường đưa tới thay đổi một nửa số đại diện. Từ sự thay đổi này về con người ắt sẽ đưa đến thay đổi quan điểm; từ thay đổi quan điểm ắt đưa đến thay đổi chính sách. Nhưng một sự thay đổi liên tục ngay cả bằng các giải pháp tốt đẹp cũng không phù hợp với mọi nguyên tắc thận trọng và các viễn cảnh thành công. Nhận định này đã thấy rõ trong đời sống cá nhân và đang trở thành điều đúng đắn hơn, hệ trọng hơn trong các hoạt động quốc gia.

Để liệt kê các hệ lụy tai hại do một chính quyền hay thay đổi gây ra sẽ phải cần đến một cuốn sách. Ở đây tôi chỉ gợi ra vài trường hợp sẽ được coi là nguồn gốc của vô số các hệ lụy khác.

Trước nhất, nó làm mất đi sự kính trọng và tin cậy ở các quốc gia khác, và làm hỏng hết mọi ưu điểm của cốt cách quốc gia. Một cá nhân bị xem là bất nhất với kế hoạch của ông ta, hoặc làm việc vô kế hoạch, sẽ bị tất cả những người cẩn trọng liệt ngay vào hạng nạn nhân nhanh chóng của sự dao động và ngốc nghếch của chính ông ta. Những người gần gũi thân thiết hơn có thể sẽ tỏ lòng thương cảm nhưng tất cả sẽ tránh mọi dính líu với số phận của ông ta; và một số không ít sẽ tận dụng cơ hội để trục lợi từ ông ta [15]. Một quốc gia đối với một quốc gia khác cũng giống một cá nhân đối với tha nhân; nhưng có lẽ với sự khác biệt u buồn ở chỗ: các quan hệ trước, thường có ít hảo tâm hơn so với quan hệ sau, sẽ ít phải kiềm chế hơn

15. Các đại từ "ông ta" (him, his) ở đoạn này cho thấy sự kì thị giới tính trong suy nghĩ của người đương thời.

trong việc trục lợi đặc biệt từ những hớ hênh của quốc gia khác [16]. Do đó, mọi quốc gia có sự vận hành thiếu khôn ngoan, thiếu ổn định cần phải biết suy tính mọi thua thiệt có thể luôn phải chịu do các lân bang khôn ngoan có các chính sách có hệ thống hơn. Tuy nhiên, điều không vui là: bài học tốt nhất cho nước Mỹ trong vấn đề này lại đang đến từ chính tình trạng của nó. Nước Mỹ đang không được bạn bè tôn trọng; đang bị các kẻ thù khinh thường; và nước Mỹ đang là con mồi cho mọi quốc gia muốn đầu cơ trên các hội đồng chấp chới và các sự vụ ngẽn tắc của nó.

Chính sách thiếu ổn định còn gây ra các hệ lụy nội bộ tai hại hơn nữa. Nó hủy hoại cả các tốt lành của tự do. Sẽ chẳng có mấy lợi ích cho nhân dân khi luật pháp được làm ra bởi chính những người do họ lựa chọn lại dài dòng tới mức không thể đọc được hoặc quá bất nhất không làm sao hiểu nổi; những bãi bỏ, sửa đổi ngay trước khi ban hành, hoặc phải sửa đổi không ngừng, khiến cả những người đã biết rõ luật lệ hôm nay sẽ chẳng thể đoán nổi luật sẽ ra sao vào ngày mai. Luật pháp được coi là chuẩn mực cho hành động; song, chuẩn mực còn là gì khi chẳng được biết, và thiếu vững vàng?

Một tai hại khác của sự bất ổn công quyền là nó tạo cho một số ít kẻ khôn lanh, táo bạo và phú túc một lợi thế vô lý so với số đông cần cù và thiếu thông tin [17]. Mỗi một qui định mới liên quan tới buôn bán hay thu nhập, hoặc làm biến đổi giá trị của một số loại tài sản, đều là một cơ hội gặt hái mới cho những kẻ biết quan sát sự thay đổi và có khả năng luận ra các hệ quả theo sau; một sự gặt hái, không do bản thân họ cấy cày mà do công khó nhọc, chuyên cần của đa số đồng bào khác của họ. Dưới một số phương diện, đó chính là tình

16. Nietzsche coi *nhà nước* là thực thể lạnh lùng nhất trong số những con quỉ lạnh lùng. A.A.

17. Điểm này lại cho thấy tác giả có tầm nhìn rất xa. Trong xã hội truyền thông hiện đại ngày nay sự bất bình đẳng trong sở hữu thông tin ở các nước độc tài càng cho thấy rõ là một vấn đề quan trọng của xã hội.

trạng luật pháp dành cho VÀI người, không phải cho NHIỀU người [18].

Ở một góc độ khác, một chính quyền bất ổn còn gây ra những thiệt hại trầm trọng khác. Sự thiếu vắng niềm tin vào các cơ quan công quyền sẽ vùi dập hết mọi nỗ lực tích cực mà thành công hay thành quả phải lệ thuộc vào sự ổn vững của các chính sách hiện hành. Có nhà buôn cẩn trọng nào dám tiếp tục làm ăn khi không biết gì ngoài việc những thương vụ của họ có thể thành phi pháp trước khi hoàn tất? Nhà nông hay nhà chế tạo nào dám dấn thân vào đồng ruộng, nhà máy khi họ chẳng thể đảm bảo mọi công sức chuẩn bị và đầu tư của họ sẽ không biến họ thành nạn nhân của một chính quyền bất nhất? Nói gọn, sẽ chẳng có cải tiến vĩ đại hay sáng tạo đáng nói nào có thể xảy ra nếu không có sự bảo trợ của một chính sách quốc gia thống nhất và ổn định.

Tuy nhiên, hệ lụy tồi tệ nhất trong tất cả là sự suy giảm tình gắn bó và sự kính trọng, những thứ đang mất dần trong lòng dân chúng trước một hệ thống chính trị đang để lộ quá nhiều dấu hiệu của nhu nhược, và làm thất vọng quá nhiều hy vọng tốt đẹp. Cũng như con người, không một chính quyền nào còn được tôn trọng khi không thực sự đáng được tôn trọng; và không thực sự đáng được tôn trọng khi không có đủ một trật tự và ổn định.

Publius

* Trong bảy (7) nguồn tham khảo có một nguồn (www.constitution.org) ghi tác giả bài này là James Madison. Một nguồn (bản dịch Pháp văn của Anne

18. Tầm quan trọng của thông tin lại được nêu ra một lần nữa, nhưng lần này liên quan tới quyền lợi của dân chúng. Đây cũng là những điểm Thomas Jefferson sẽ chỉ trích sau năm 1791 và ông qui lỗi cho chính sách của Alexander Hamilton dưới thời John Adams làm tổng thống. A.A.

Amiel) cho là của Alexander Hamilton. Còn lại năm nguồn vẫn để tồn nghi giữa Alexander Hamilton và James Madison. Ở đây người dịch theo những tồn nghi này. Nhưng tại sao lại để tên James Madison trước Alexander Hamilton? Việc xếp đặt này dựa trên nghiên cứu công phu và lập luận rất chặt chẽ và nhân bản của Jacob E. Cooke (người biên soạn cuốn *The Federalist* xuất bản năm 1961).

(Bài này xuất bản lần đầu trên báo *The Independent Journal* ngày 27 tháng Hai 1788, trên báo *The New York Packet* ngày 29 tháng Hai 1788. Bài này đánh số 62 trong sách của Nhà McLean, số 61 khi in trên các báo vừa nói.)

FEDERALIST No. 62

To the People of the State of New York:

HAVING examined the constitution of the House of Representatives, and answered such of the objections against it as seemed to merit notice, I enter next on the examination of the Senate.

The heads into which this member of the government may be considered are: I. The qualification of senators; II. The appointment of them by the State legislatures; III. The equality of representation in the Senate; IV. The number of senators, and the term for which they are to be elected; V. The powers vested in the Senate.

I. The qualifications proposed for senators, as distinguished from those of representatives, consist in a more advanced age and a longer period of citizenship. A senator must be thirty years of age at least; as a representative must be twenty- five. And the former must have been a citizen nine years; as seven years are required for the latter. The propriety of these distinctions is explained by the nature of the senatorial trust, which, requiring greater extent of information and tability of character, requires at the same time that the senator should have reached a period of life most likely to supply these advantages; and which, participating immediately in transactions with foreign nations, ought to be exercised by none who are not thoroughly weaned from the prepossessions and habits incident to foreign birth and education. The term of nine years appears to be a prudent mediocrity between a total exclusion of adopted citizens, whose merits and talents may claim a share in the public confidence, and an indiscriminate and hasty admission of them, which might create a channel for foreign influence on the national councils.

II. It is equally unnecessary to dilate on the appointment of senators by the State legislatures. Among the various modes which might have been devised for constituting this branch of the government, that which has been proposed by the convention is probably the most congenial with the public opinion. It is recommended by the double advantage of favoring a select appointment, and of giving to the State governments such an agency in the formation of the federal government as must secure the authority of the former, and may form a convenient link between the two systems.

III. The equality of representation in the Senate is another point, which, being evidently the result of compromise between the opposite pretensions of the large and the small States, does not call for much discussion.

If indeed it be right, that among a people thoroughly incorporated into one nation, every district ought to have a PROPORTIONAL share in the government, and that among independent and sovereign States, bound together by a simple league, the parties, however unequal in size, ought to have an EQUAL share in the common councils, it does not appear to be without some reason that in a compound republic, partaking both of the national and federal character, the government ought to be founded on a mixture of the principles of proportional and equal representation. But it is superfluous to try, by the standard of theory, a part of the Constitution which is allowed on all hands to be the result, not of theory, but «of a spirit of amity, and that mutual deference and concession which the peculiarity of our political situation rendered indispensable.» A common government, with powers equal to its objects, is called for by the voice, and still more loudly by the political situation, of America. A government founded on principles more consonant to the wishes of the larger States, is not likely to be obtained from the smaller States. The only option, then, for the former, lies between the proposed government and a government still more objectionable. Under this alternative, the advice of prudence must be to embrace the lesser evil; and, instead of indulging a fruitless anticipation of the possible mischiefs which may ensue, to contemplate rather the advantageous consequences which may qualify the sacrifice.

In this spirit it may be remarked, that the equal vote allowed to each State is at once a constitutional recognition of the portion of sovereignty remaining in the individual States, and an instrument for preserving that residuary sovereignty. So far the equality ought to be no less acceptable to the large than to the small States; since they are not less solicitous to guard, by every possible expedient, against an improper consolidation of the States into one simple republic.

Another advantage accruing from this ingredient in the constitution of the Senate is, the additional impediment it must prove against improper acts of legislation. No law or resolution can now be passed without the concurrence, first, of a majority of the people, and then, of a majority of the States. It must be acknowledged that this complicated check on legislation may in some instances be injurious as well as beneficial ; and that the peculiar defense which it involves in favor of the smaller States, would be more rational, if any interests common to them, and distinct from those of the other States, would otherwise be exposed to peculiar danger. But as the larger States will always be able, by their power over the supplies, to defeat unreasonable exertions of this prerogative of the lesser States, and as the faculty and excess of law-making seem to be the diseases to which our governments are most liable, it is not impossible that this part of the Constitution may be more convenient in practice than it appears to many in contemplation.

IV. The number of senators, and the duration of their appointment, come next to be considered. In order to form an accurate judgment on both of these points, it will be proper to inquire into the purposes which are to be answered by a senate; and in order to ascertain these, it will be necessary to review the inconveniences which a republic must suffer from the want of such an institution.

First. It is a misfortune incident to republican government, though in a less degree than to other governments, that those who administer it may forget their obligations to their constituents, and prove unfaithful to their important trust. In this point of view, a senate, as a second branch of the legislative assembly, distinct from, and dividing the power with, a first, must be in all cases a salutary check on the government. It doubles the security to the people, by requiring the concurrence of two distinct bodies in schemes of usurpation or perfidy, where the ambition or corruption of one would otherwise be sufficient.This is a precaution founded on such clear principles, and now so well understood in the United States, that it would be more than superfluous to enlarge on it. I will barely remark, that as the improbability of sinister combinations will be in proportion to the dissimilarity in the genius of the two bodies, it must be politic to distinguish them from each other by every circumstance which will consist with a due harmony in all proper measures, and with the genuine principles of republican government.

Secondly. The necessity of a senate is not less indicated by the propensity of all single and numerous assemblies to yield to the impulse of sudden and violent passions, and to be seduced by factious leaders into intemperate and pernicious resolutions. Examples on this subject might be cited without number; and from proceedings within the United States, as well as from the history of other nations. But a position that will not be contradicted, need not be proved.

All that need be remarked is, that a body which is to correct this infirmity ought itself to be free from it, and consequently ought to be less numerous. It ought, moreover, to possess great firmness, and consequently ought to hold its authority by a tenure of considerable duration.

Thirdly. Another defect to be supplied by a senate lies in a want of due acquaintance with the objects and principles of legislation. It is not possible that an assembly of men called for the most part from pursuits of a private nature, continued in appointment for a short time, and led by no permanent motive to devote the intervals of public occupation to a study of the laws, the affairs, and the comprehensive interests of their country, should, if left wholly to themselves, escape a variety of important errors in the exercise of their legislative trust. It may be affirmed, on the best grounds, that no small share of the present embarrassments of America is to be charged on the blunders of our governments; and that these have proceeded from the heads rather than the hearts of most of the authors of them. What indeed are all the repealing, explaining, and amending laws, which fill and disgrace our voluminous codes, but so many monuments of deficient wisdom; so many impeachments exhibited by each succeeding against each preceding session; so many admonitions to the people, of the value of those aids which may be expected from a well-constituted senate?

A good government implies two things: first, fidelity to the object of government, which is the happiness of the people; secondly, a knowledge of the means by which that object can be best attained. Some governments are deficient in both these qualities; most governments are deficient in the first. I scruple not to assert, that in American governments too little attention has been paid to the last. The federal Constitution avoids this error; and what merits particular notice, it provides for the last in a mode which increases the security for the first.

Fourthly. The mutability in the public councils arising from a rapid succession of new members, however qualified they may be, points out, in the strongest manner, the necessity of some stable institution in the government. Every new election in the States is found to change one half of the representatives. From this change of men must proceed a change of opinions; and from a change of opinions, a change of measures. But a continual change even of good measures is inconsistent with every rule of prudence and every prospect of success. The remark is verified in private life, and becomes more just, as well as more important, in national transactions.

To trace the mischievous effects of a mutable government would fill a volume. I will hint a few only, each of which will be perceived to be a source of innumerable others.

In the first place, it forfeits the respect and confidence of other nations, and all the advantages connected with national character. An individual who is observed to be inconstant to his plans, or perhaps to carry on his affairs without any plan at all, is marked at once, by all prudent people, as a speedy victim to his own unsteadiness and folly. His more friendly neighbors may pity him, but all will decline to connect their fortunes with his; and not a few will seize the opportunity of making their fortunes out of his. One nation is to another what one individual is to another; with this melancholy distinction perhaps, that the former, with fewer of the benevolent emotions than the latter, are under fewer restraints also from taking undue advantage from the indiscretions of each other. Every nation, consequently, whose affairs betray a want of wisdom and stability, may calculate on every loss which can be sustained from the more systematic policy of their wiser neighbors. But the best instruction on this subject is unhappily conveyed to America by the example of her own situation. She finds that she is held in no respect by her friends; that she is the derision of her enemies; and that she is a prey to every nation which has an interest in speculating on her fluctuating councils and embarrassed affairs.

The internal effects of a mutable policy are still more calamitous. It poisons the blessing of liberty itself. It will be of little avail to the people, that the laws are made by men of their own choice, if the laws be so voluminous that they cannot be read, or so incoherent that they cannot be understood; if they be repealed or revised before they are promulgated, or undergo such incessant changes that no man, who knows what the law is to-day, can guess what it will be to-morrow. Law is defined to be a rule of action; but how can that be a rule, which is little known, and less fixed?

Another effect of public instability is the unreasonable advantage it gives to the sagacious, the enterprising, and the moneyed few over the industrious and uniformed mass of the people. Every new regulation concerning commerce or revenue, or in any way affecting the value of the different species of property, presents a new harvest to those who watch the change, and can trace its consequences; a harvest, reared not by themselves, but by the toils and cares of the great body of their fellow-citizens. This is a state of things in which it may be said with some truth that laws are made for the FEW, not for the MANY.

In another point of view, great injury results from an unstable government. The want of confidence in the public councils damps every useful undertaking, the success and profit of which may depend on a continuance of existing arrangements. What prudent merchant will hazard his fortunes in any new branch of commerce when he knows not but that his plans may be rendered unlawful before they can be executed? What farmer or manufacturer will lay himself out for the encouragement given to any particular cultivation or establishment, when he can have no assurance that his preparatory labors and advances will not render him a victim to an inconstant government? In a word, no great improvement or laudable enterprise can go forward which requires the auspices of a steady system of national policy.

But the most deplorable effect of all is that diminution of attachment and reverence which steals into the hearts of the people, towards a political system which betrays so many marks of infirmity, and disappoints so many of their flattering hopes. No government, any more than an individual, will long be respected without being truly respectable; nor be truly respectable, without possessing a certain portion of order and stability.

Publius

FEDERALIST 65

Các Quyền Của Thượng Viện (tiếp theo)

Alexander Hamilton

Thưa Đồng Bào Tiểu Bang New York,

Các quyền lực sau cùng được bản dự thảo của Hội Nghị [1] phân cho Thượng Viện, với một tính chất đặc biệt, là sự tham dự cùng nhánh hành pháp để bổ nhiệm viên chức [2], và quyền năng tư pháp làm toà phân xử các đàn hặc [3]. Vì nhánh hành pháp sẽ đóng vai trò chính trong bổ nhiệm viên chức, sẽ là tốt hơn nếu lùi việc bàn luận các qui định liên quan tới công việc này vào cùng sự thẩm tra nhánh hành pháp. Vì vậy, chúng ta sẽ kết thúc chủ đề này bằng việc xem xét quyền năng tư pháp của Thượng Viện.

Một tòa án có cấu trúc tốt để xét xử các đàn hặc vừa là điều mong muốn vừa là điều khó đạt được trong một chính quyền được thiết lập hoàn toàn bằng bầu cử. Các đối tượng thuộc thẩm quyền của tòa án này là các tội trạng xuất phát từ các hành xử sai lệch của công chức, hoặc, nói cách khác, từ sự lạm dụng hoặc xâm hại một tín nhiệm của công chúng. Các tội trạng này thuộc loại có thể định danh thật đúng đắn là CHÍNH TRỊ, vì chúng chủ yếu liên quan tới các hành động gây hại trực tiếp cho xã hội. Sự truy tố chúng, vì thế, sẽ hiếm khi không gây náo động xúc cảm của toàn bộ cộng đồng, và phân rẽ cộng đồng thành nhiều phe phái có ít nhiều thiện cảm hoặc

1. Tức dự thảo hiến pháp của hội nghị lập hiến Philadelphia.

2. Tức các viên chức của hành pháp và tư pháp.

3. "impeachment", xem *Thuật ngữ* mục "Đàn hặc".

căm thù bị cáo. Trong nhiều trường hợp, sự truy tố còn tự liên đới với các bè phái đã có từ trước, và phải vướng vào tất cả các cừu thù, tư vị, ảnh hưởng, và quyền lợi của các bè phái ở phía này hay phía khác; và trong những lúc như thế, mối nguy hiểm đáng ngại nhất luôn luôn là: phán quyết sẽ chủ yếu dựa trên tương quan sức mạnh giữa các phe phái thay vì dựa vào các chứng cứ thực của vô tội hay phạm tội.

Tính tế nhị và hệ trọng của một tín nhiệm, điều ảnh hưởng rất lớn tới danh tiếng và sinh mệnh chính trị của tất cả những người tham dự vào việc quản trị công, đã luôn tự nói lên ý nghĩa của chúng. Nhưng người ta sẽ phải nhanh chóng nhận ra, trong một chính quyền dựa hoàn toàn trên các cuộc bầu cử định kỳ, sự nan giải của việc đặt được tín nhiệm một cách đúng đắn nếu người ta thấy rằng các nhân vật nổi trội nhất trong chính quyền loại này sẽ luôn là các lãnh tụ hoặc các thủ hạ của phe đảng giảo hoạt nhất hoặc đông đảo nhất, và trên căn bản này, họ sẽ rất khó có phán xét khách quan cần thiết đối với những người có hành xử đang bị thẩm tra.

Hội Nghị, rõ ràng, đã coi Thượng Viện là nơi phó thác tốt nhất cho tín nhiệm quan trọng này [4]. Những người có khả năng nhìn thấy rõ tính nan giải tự thân của vấn đề sẽ là những người ít vội vã nhất trong việc lên án quan điểm này và họ cũng sẽ có xu hướng nghiêng nhiều nhất về việc phải xem xét thận trọng các lập luận được cho là đã sinh ra quan điểm đó.

Vậy, linh hồn thực sự của thiết chế này là gì? Chúng ta có thể hỏi như vậy. Chẳng phải nó được thiết kế để tạo ra một phương thức THẨM TRA Ở CẤP QUỐC GIA cho các hành xử của giới công chức? Nếu đây đúng là thiết kế của nó, còn ai có thể làm người thẩm tra cho quốc gia một cách tốt hơn những người đang chính là đại

4. Tức sự tín nhiệm về tính khách quan, trung lập trong xét xử đàn hặc.

diện của quốc gia? Điều không phải bàn cãi là thẩm quyền khởi tố, hoặc, nói cách khác, thẩm quyền quyết định đàn hặc nên trao cho một nhánh trong thực thể lập pháp. Vậy, phải chăng những lý luận đã chứng tỏ sự giao phó đó là đúng lại không là lý luận chắc chắn để nhánh kia của thực thể được cùng tham gia cuộc điều tra? Chính mô hình cho thiết chế này mượn ý tưởng [5] đã chỉ cho Hội Nghị phải đi theo cách đó. Tại Đại Anh quốc, Viện Thứ Dân [6] là nơi quyết định đàn hặc, và Viện Quí Tộc [7] là nơi phán xét chúng. Hiến Pháp của nhiều Tiểu Bang cũng làm theo mô hình này. Cả Đại Anh lẫn các Tiểu Bang này đều dường như đang coi đàn hặc là một dây cương cho lập pháp ước chế các viên chức hành pháp của chính quyền. Đây chẳng phải là ánh sáng đúng đắn để soi rọi vấn đề sao?

Có nơi nào ngoài Thượng Viện có thể làm tòa có đủ uy tín hoặc đủ độc lập? Cơ quan nào khác sẽ có thể ĐỦ TỰ TIN VÀO VỊ THẾ CỦA CHÍNH BẢN THÂN để giữ địa vị trung lập nhất thiết phải có, một cách vô lo, vô ảnh hưởng, giữa một VIÊN CHỨC bị cáo buộc, và các ĐẠI DIỆN CỦA NHÂN DÂN - NHỮNG NGƯỜI CÁO BUỘC?

Có thể trông cậy ở Tối Cao Pháp Viện cho yêu cầu này? Rất khó tin các thành viên của tòa này sẽ luôn luôn có sự kiên tâm thật vững khi đảm trách một nhiệm vụ hết sức khó khăn; và còn khó tin hơn họ sẽ có đủ sự tin cậy và quyền uy buộc phải có trong một số tình huống để thuyết phục nhân dân đồng ý với quyết định chống lại sự cáo buộc từ chính những người đại diện trực tiếp cho họ. Sự thất bại ở trường hợp đầu sẽ là bất hạnh cho người bị cáo buộc; trong trường hợp sau sẽ là đe dọa cho yên bình xã hội. Rủi ro trong cả hai trường hợp chỉ có thể tránh được, nếu có thể, bằng cách làm cho tòa đông thành viên hơn thay vì cố giữ nó trong giới hạn chi tiêu. Đòi hỏi xét

5. Tức hệ thống chính trị Anh Quốc.

6. "House of Commons" - hạ viện của nghị viện Anh.

7. "House of Lords" - thượng viện của nghị viện Anh.

xử đàn hặc phải do một tòa đông người cũng do bản chất của thủ tục này yêu cầu. Thủ tục này không thể bị trói buộc vào những qui định khắt khe, cả trong việc trình tội trạng của công tố viên hay luận tội trạng của thẩm phán, như ở các tố tụng thông thường nhằm hạn chế sự *cẩn quyết* [8] của tòa ngả về quyền lợi của cá nhân. Ở đây, sẽ không có bồi thẩm đoàn đứng giữa các thẩm phán, những người sẽ tuyên án theo luật pháp, và bên sẽ đón nhận hay phải chịu đựng sự tuyên án đó. Quyền cẩn quyết đáng sợ nhất thiết phải có trong tòa đàn hặc - sẽ vinh danh rạng rỡ hay vùi xuống bùn đen những con người đáng tin nhất và danh giá nhất của đất nước - không cho phép phó thác vào một nhóm ít người.

Có lẽ chỉ những phân tích đó đủ để đưa ra một kết luận rằng, Tối Cao Pháp Viện là một thay thế không hợp lý cho Thượng Viện trong vai trò tòa đàn hặc. Vẫn còn một lý do khác trợ lực không ít cho kết luận này, đó là: Sự trừng phạt - hậu quả có thể của kết án đàn hặc - không phải đã chấm dứt mọi hình phạt khác đối với thủ phạm. Sau khi đã bị kết án chung thân loại khỏi mọi kính trọng và tin cậy, mọi danh dự và lương bổng của đất nước, ông ta [9] vẫn còn có thể bị truy cứu và trừng phạt theo trình tự pháp luật thông thường. Liệu sẽ đúng đắn nếu những người đã tước đi danh tiếng cùng những quyền công dân giá trị nhất của ông ta trong một cuộc xét xử cũng là những người sẽ lại tước đi cuộc đời và số mệnh của ông ta trong một cuộc xét xử khác với cùng một tội trạng? Đó chẳng phải là lý do rõ nhất làm cho ta phải lo sợ là, sai lầm trong bản án đầu sẽ là mẹ của sai lầm trong bản án thứ hai? Chẳng phải khi con người đã cố thiên lệch trong một quyết định thì họ sẽ sẵn sàng gạt hết ảnh hưởng của mọi

8. "discretion", từ Anh ngữ này mang một ý nghĩa phức tạp Việt ngữ chưa có. "cẩn quyết": có nghĩa sự cân nhắc cẩn trọng và sự tự ý quyết định không quan tâm tới ý kiến của người khác, tức có thể mang lại hiệu quả tốt hoặc xấu.

9. Đại từ "ông ta" (he) ở đây cho thấy sự phân biệt nam-nữ trong xã hội đương thời.

chứng cứ mới, những điều có thể sẽ đưa tới một quyết định khác? Những ai đã biết ít nhiều về tố chất con người sẽ không do dự đáp lại những câu hỏi này: Vâng, đúng thế; và sẽ tin chắc ngay rằng, nếu cả hai cuộc đều do cùng các thẩm phán giống nhau xét xử thì những người bị truy tố sẽ bị tước gần hết sự bảo vệ kép do thủ tục xét xử hai lần đã dành cho họ. Sự mất mát cả cuộc sống lẫn của cải đã luôn nằm sẵn trong một bản án có nội dung không mang lại điều gì hơn sự phế truất khỏi chức vụ hiện tại và tước hết mọi cơ hội tham chính trong tương lai. Cũng có thể sự can dự của một bồi thẩm đoàn trong cuộc xét xử thứ hai sẽ chặn được tai ương này. Nhưng các bồi thẩm đoàn vẫn thường xuyên bị tác động bởi ý hướng của thẩm phán. Đôi khi họ còn bị thúc phải đưa ra ý kiến kỳ lạ rằng phải giao vấn đề chính cho tòa quyết định. Vậy ai còn dám mạo hiểm cho sự sống và tài sản của mình trước phán quyết của một bồi thẩm đoàn đã quyết định theo sự bảo trợ của các thẩm phán, những người đã ấn định tội trạng cho bị cáo trước đó rồi?

Chẳng phải bản dự thảo đã có cải tiến khi phối hợp Tối Cao Pháp Viện với Thượng Viện để làm thành tòa đàn hặc? Phối hợp này hẳn đã mang lại nhiều ưu điểm; nhưng chúng có không bị triệt tiêu bởi các nhược điểm trầm trọng đã nói, vì bị cáo sẽ phải chịu sự phán xử của cùng một nhóm thẩm phán trong hai lần truy tố? Trong một chừng mực, các lợi ích của việc phối hợp này sẽ được đảm bảo khi chánh án của Tối Cao Pháp Viện được làm chánh tòa đàn hặc đúng như dự thảo đã định; và lại tránh được gần hết các nguy hiểm của việc nhập toàn bộ cơ quan đầu vào cơ quan sau. Có lẽ đây đã là giải pháp khôn ngoan. Nhưng tôi đang phải kìm không nói ra cái lý cớ khiến cho sự chống đối nhánh tư pháp càng thêm mạnh, vì, theo cách đó, quyền uy tư pháp được gia tăng quá nhiều.

Phải chăng không phải là điều mong muốn nếu lập tòa đàn hặc bằng những người hoàn toàn không ở trong hai nhánh quyền lực kia của chính quyền? [10] Đương nhiên, đang có những ý kiến mạnh mẽ, cả ủng hộ lẫn phản đối ý tưởng này. Một số người cho rằng sẽ không có phản đối nhỏ đâu, vì cỗ máy chính trị sẽ thành phức tạp hơn, và chính quyền phải có thêm một cơ quan mới mà sự hữu ích của nó chắc chắn còn đầy nghi ngờ. Nhưng có một phản đối mà ai cũng phải chú ý, là: tòa lập theo ý tưởng này sẽ rất tốn kém hoặc khi hoạt động sẽ gặp rất nhiều bất trắc và rắc rối. Tòa kiểu này buộc phải lập từ các viên chức thường trực, luôn phải chực sẵn trong chính quyền, và đương nhiên họ phải được cấp ngân khoản cố định, thường xuyên, hoặc một số viên chức của chính quyền Tiểu Bang sẽ bị huy động mỗi khi đàn hặc khởi tố. Sẽ không dễ để nghĩ ra một cách thứ ba khác hẳn và có tính thuyết phục. Với những lý do đã nêu, vì tòa cần phải có nhiều thành viên, nên giải pháp đầu sẽ bị bác bởi bất cứ ai biết so sánh mức độ đòi hỏi của xã hội với những gì tòa này có thể đem lại. Giải pháp thứ hai sẽ gây lo lắng cho những người biết rõ sự nan giải trong việc tập hợp những người ở tản mát khắp Liên Hiệp; hay nguy hại cho người vô tội vì sự chậm chạp trong việc làm rõ cáo buộc chống lại họ; hay có lợi cho kẻ có tội bởi các trì hoãn sẽ tạo thuận lợi cho các mưu toan, đổi chác bất chính thực hiện; và trong một số trường hợp còn gây tổn hại cho Tiểu Bang bởi sự ngưng chức kéo dài của những viên chức có hành xử trách nhiệm và tận tụy sẽ làm cho họ bị phơi ra trước các bách hại của một đa số quá khích hay giảo quyệt trong Cơ Quan Đại Diện [11] . Dầu giả thiết cuối có vẻ quá nặng nề và khó có thể thường xuyên xảy ra, nhưng chúng ta đừng nên quên rằng con quỉ bè phái chắc chắn có lúc sẽ khoát bàn tay lông lá của nó lên tất cả các thực thể đông đúc của con người [12].

10. Xin nhắc lại: đàn hặc là thủ tục truy tố đặc biệt chủ yếu nhằm vào các viên chức của nhánh hành pháp.

11. “House of Representatives”, tức hạ viện. Xem *Thuật ngữ* mục “Cơ Quan Đại Diện”.

12. Xem thêm FP 10 để thấy các tác giả FP nhận định về các đặc tính tiêu cực của bè đảng, phe phái.

Nhưng cho dù giải pháp nào trong số vừa được xem xét, hoặc bất cứ giải pháp nào khác có thể được nghĩ ra, sẽ được coi là hay hơn giải pháp do Hội Nghị đã đề ra trong vấn đề này, cũng không nên kết luận bản Hiến pháp dự thảo phải bỏ đi vì lý do này. Nếu loài người đã dứt khoát không chấp nhận bất kỳ một thiết chế chính quyền nào cho tới khi mọi thành phần của nó được chỉnh sửa đạt mức toàn hảo thì toàn xã hội sẽ sớm trở thành cảnh tượng của rối loạn vô chính quyền, và thế giới sẽ là một hoang mạc. Nhưng sẽ tìm tiêu chuẩn toàn hảo ở đâu? Ai sẽ gom được mọi ý bất đồng của toàn cộng đồng thành một ý giống nhau về vấn đề này; và thuyết phục được một người tự phụ từ bỏ nguyên tắc BẤT KHẢ SAI LẦM của ông ta để nhận lấy nguyên tắc CÓ THỂ SAI LẦM của người hàng xóm còn TỰ PHỤ HƠN HẲN ÔNG TA? Để đạt được mục đích của mình, những người phản đối bản Hiến Pháp cần phải chứng tỏ rằng không chỉ những điều khoản nào đó của Hiến Pháp không đạt được mức tốt nhất như trong tưởng tượng, mà toàn bản dự thảo còn kém cỏi và hết sức nguy hại.

Publius

(Bài này xuất bản lần đầu trên báo *The New York Packet* ngày 07 tháng Ba 1788, trên báo *The Independent Journal* ngày 08 tháng Ba 1788. Bài này đánh số 65 trong sách của nhà McLean, số 64 khi in trên các báo vừa nói.)

FEDERALIST No. 65

To the People of the State of New York :

THE remaining powers which the plan of the convention allots to the Senate, in a distinct capacity, are comprised in their participation with the executive in the appointment to offices, and in their judicial character as a court for the trial of impeachments. As in the business of appointments the executive will be the principal agent, the provisions relating to it will most properly be discussed in the examination of that department. We will, therefore, conclude this head with a view of the judicial character of the Senate.

A well-constituted court for the trial of impeachments is an object not more to be desired than difficult to be obtained in a government wholly elective. The subjects of its jurisdiction are those offenses which proceed from the misconduct of public men, or, in other words, from the abuse or violation of some public trust. They are of a nature which may with peculiar propriety be denominated POLITICAL, as they relate chiefly to injuries done immediately to the society itself. The prosecution of them, for this reason, will seldom fail to agitate the passions of the whole community, and to divide it into parties more or less friendly or inimical to the accused. In many cases it will connect itself with the pre-existing factions, and will enlist all their animosities, partialities, influence, and interest on one side or on the other; and in such cases there will always be the greatest danger that the decision will be regulated more by the comparative strength of parties, than by the real demonstrations of innocence or guilt.

The delicacy and magnitude of a trust which so deeply concerns the political reputation and existence of every man engaged in the administration of public affairs, speak for themselves. The difficulty of placing it rightly, in a government resting entirely on the basis of periodical elections, will as readily be perceived, when it is considered that the most conspicuous characters in it will, from that circumstance, be too often the leaders or the tools of the most cunning or the most numerous faction, and on this account, can hardly be expected to possess the requisite neutrality towards those whose conduct may be the subject of scrutiny.

The convention, it appears, thought the Senate the most fit depositary of this important trust. Those who can best discern the intrinsic difficulty of the thing, will be least hasty in condemning that opinion, and will be most inclined to allow due weight to the arguments which may be supposed to have produced it.

What, it may be asked, is the true spirit of the institution itself? Is it not designed as a method of NATIONAL INQUEST into the conduct of public men? If this be the design of it, who can so properly be the inquisitors for the nation as the representatives of the nation themselves? It is not disputed that the power of originating the inquiry, or, in other words, of preferring the impeachment, ought to be lodged in the hands of one branch of the legislative body. Will not the reasons which indicate the propriety of this arrangement strongly plead for an admission of the other branch of that body to a share of the inquiry? The model from which the idea of this institution has been borrowed, pointed out that course to the convention. In Great Britain it is the province of the House of Commons to prefer the impeachment, and of the House of Lords to decide upon it. Several of the State constitutions have followed the example. As well the latter, as the former, seem to have regarded the practice of impeachments as a bridle in the hands of the legislative body upon the executive servants of the government. Is not this the true light in which it ought to be regarded?

Where else than in the Senate could have been found a tribunal sufficiently dignified, or sufficiently independent? What other body would be likely to feel CONFIDENCE ENOUGH IN ITS OWN SITUATION, to preserve, unawed and uninfluenced, the necessary impartiality between an INDIVIDUAL accused, and the REPRESENTATIVES OF THE PEOPLE, HIS ACCUSERS?

Could the Supreme Court have been relied upon as answering this description? It is much to be doubted, whether the members of that tribunal would at all times be endowed with so eminent a portion of fortitude, as would be called for in the execution of so difficult a task; and it is still more to be doubted, whether they would possess the degree of credit and authority, which might, on certain occasions, be indispensable towards reconciling the people to a decision that should happen to clash with an accusation brought by their immediate representatives. A deficiency in the first, would be fatal to the accused; in the last, dangerous to the public tranquillity. The hazard in both these respects, could only be avoided, if at all, by rendering that tribunal more numerous than would consist with a reasonable attention to economy. The necessity of a numerous court for the trial of impeachments, is equally dictated by the nature of the proceeding. This can never be tied down by such strict rules, either in the delineation of the offense by the prosecutors, or in the construction of it by the judges, as in common cases serve to limit the discretion of courts in favor of personal security. There will be no jury to stand between the judges who are to pronounce the sentence of the law, and the party who is to receive or suffer it. The awful discretion which a court of impeachments must necessarily have, to doom to honor or to infamy the most confidential and the most distinguished characters of the community, forbids the commitment of the trust to a small number of persons.

These considerations seem alone sufficient to authorize a conclusion, that the Supreme Court would have been an improper substitute for the Senate, as a court of impeachments. There remains a further consideration, which will not a little strengthen this conclusion. It is this: The punishment which may be the consequence of conviction upon impeachment, is not to terminate the chastisement of the offender. After having been sentenced to a prepetual ostracism from the esteem and confidence, and honors and emoluments of his country, he will still be liable to prosecution and punishment in the ordinary course of law. Would it be proper that the persons who had disposed of his fame, and his most valuable rights as a citizen in one trial, should, in another trial, for the same offense, be also the disposers of his life and his fortune? Would there not be the greatest reason to apprehend, that error, in the first sentence, would be the parent of error in the second sentence? That the strong bias of one decision would be apt to overrule the influence of any new lights which might be brought to vary the complexion of another decision? Those who know anything of human nature, will not hesitate to answer these questions in the affirmative; and will be at no loss to perceive, that by making the same persons judges in both cases, those who might happen to be the objects of prosecution would, in a great measure, be deprived of the double security intended them by a double trial. The loss of life and estate would often be virtually included in a sentence which, in its terms, imported nothing more than dismission from a present, and disqualification for a future, office. It may be said, that the intervention of a jury, in the second instance, would obviate the danger. But juries are frequently influenced by the opinions of judges. They are sometimes induced to find special verdicts, which refer the main question to the decision of the court. Who would be willing to stake his life and his estate upon the verdict of a jury acting under the auspices of judges who had predetermined his guilt?

Would it have been an improvement of the plan, to have united the Supreme Court with the Senate, in the formation of the court of impeachments? This union would certainly have been attended with several advantages; but would they not have been overbalanced by the signal disadvantage, already stated, arising from the agency of the same judges in the double prosecution to which the offender would be liable? To a certain extent, the benefits of that union will be obtained from making the chief justice of the Supreme Court the president of the court of impeachments, as is proposed to be done in the plan of the convention; while the inconveniences of an entire incorporation of the former into the latter will be substantially avoided. This was perhaps the prudent mean. I forbear to remark upon the additional pretext for clamor against the judiciary, which so considerable an augmentation of its authority would have afforded.

Would it have been desirable to have composed the court for the trial of impeachments, of persons wholly distinct from the other departments of the government? There are weighty arguments, as well against, as in favor of, such a plan. To some minds it will not appear a trivial objection, that it could tend to increase the complexity of the political machine, and to add a new spring to the government, the utility of which would at best be questionable. But an objection which will not be thought by any unworthy of attention, is this: a court formed upon such a plan, would either be attended with a heavy expense, or might in practice be subject to a variety of casualties and inconveniences. It must either consist of permanent officers, stationary at the seat of government, and of course entitled to fixed and regular stipends, or of certain officers of the State governments to be called upon whenever an impeachment was actually depending. It will not be easy to imagine any third mode materially different, which could rationally be proposed. As the court, for reasons already given, ought to be numerous, the first scheme will be reprobated by every man who can compare the extent of the public wants with the means of supplying them. The second will be espoused with caution by those who will seriously consider the difficulty of collecting men dispersed over the whole Union; the injury to the innocent, from the procrastinated determination of the charges which might be brought against them; the advantage to the guilty, from the opportunities which delay would afford to intrigue and corruption; and in some cases the detriment to the State, from the prolonged inaction of men whose firm and faithful execution of their duty might have exposed them to the persecution of an intemperate or designing majority in the House of Representatives. Though this latter supposition may seem harsh, and might not be likely often to be verified, yet it ought not to be forgotten that the demon of faction will, at certain seasons, extend his sceptre over all numerous bodies of men.

But though one or the other of the substitutes which have been examined, or some other that might be devised, should be thought preferable to the plan in this respect, reported by the convention, it will not follow that the Constitution ought for this reason to be rejected. If mankind were to resolve to agree in no institution of government, until every part of it had been adjusted to the most exact standard of perfection, society would soon become a general scene of anarchy, and the world a desert. Where is the standard of perfection to be found? Who will undertake to unite the discordant opinions of a whole commuity, in the same judgment of it; and to prevail upon one conceited projector to renounce his INFALLIBLE criterion for the FALLIBLE criterion of his more CONCEITED NEIGHBOR?

To answer the purpose of the adversaries of the Constitution, they ought to prove, not merely that particular provisions in it are not the best which might have been imagined, but that the plan upon the whole is bad and pernicious.

Publius

FEDERALIST 66

Xét Thêm Các Phản Đối Thượng Viện Được Quyền Làm Tòa Đàn Hặc

Alexander Hamilton

Thưa Đồng Bào Tiểu Bang New York,

Việc TÁI XEM XÉT các phản đối chính đang chống lại đề xuất về tòa xét xử các *đàn hặc*[1] sẽ không phải không tẩy trừ được mọi cảm giác bất lợi có thể vẫn còn tồn đọng trong vấn đề này.

ĐẦU TIÊN trong số các phản đối này cho rằng, tòa như đề xuất sẽ trộn lẫn quyền lập pháp và tư pháp vào trong một thực thể, phạm vào qui tắc hệ trọng và tôn nghiêm về sự tách rời giữa các quyền lực. Ý nghĩa thực sự của qui tắc này đã được bàn luận và xác định rõ ở một số bài trước đây[2], và được chứng minh hoàn toàn phù hợp khi các quyền lực pha trộn một phần với nhau vì các mục đích đặc biệt nhưng, về cơ bản, chúng vẫn giữ được khác biệt và tách rời nhau. Thậm chí sự pha trộn cục bộ này, nhiều lúc, không chỉ đúng mà còn cần để tạo ra sự tự vệ chung cho các bộ phận trong chính quyền kìm chống lẫn nhau. Quyền phủ quyết tuyệt đối hay tương đối[3] của hành pháp trên các quyết định của thực thể lập pháp được những chuyên gia tài năng nhất trong khoa học chính trị thừa nhận là rào chắn phải có cho bộ phận trước chống lại sự xâm lấn của bộ phận sau. Và, có thể cũng không kém đúng đắn hơn khi cho rằng các quyền liên quan tới đàn hặc, như đã nêu, là một phanh hãm thiết yếu để bộ phận đó

1. "impeachment", xem *Thuật ngữ* mục "Đàn hặc".

2. Xem FP 47, 48.

3. "qualified".

chống lại các xâm lấn của hành pháp. Sự phân chia các quyền này cho hai nhánh lập pháp, một nhánh được quyền cáo buộc còn nhánh kia quyền phán xét, là để tránh các hệ lụy của việc để cho cùng một người vừa cáo buộc vừa phân xử; và để phòng chống nguy cơ triệt hạ bè phái, vấn nạn vẫn lan tràn trong cả hai nhánh lập pháp. Do sự kết tội phải được 2/3 Thượng Viện cùng chuẩn thuận, an ninh cho người vô tội, với điều kiện thêm vào như thế, sẽ được đảm bảo nguyên vẹn như mong muốn.

Điều khó hiểu là phần này của bản dự thảo [4] lại bị công kích kịch liệt [5], dựa vào qui tắc vừa nêu, bởi tất cả những người đều đang tỏ ra ngưỡng mộ hiến pháp của Tiểu Bang New York; trong khi bản hiến pháp này thâu cả Thượng Viện, chancellor [6] và các thẩm phán Tối Cao Pháp Viện thành không chỉ tòa đàn hặc mà còn thành cơ quan tư pháp tối cao của Tiểu Bang cho mọi vụ việc, cả dân sự lẫn hình sự. Tỷ lệ về số lượng giữa chancellor, thẩm phán so với số thượng nghị sĩ lại hết sức nhỏ thành ra quyền tư pháp của New York, chung cuộc, và đúng thực, có thể nói rằng nằm ngay trong Thượng Viện. Vậy, nếu bản dự thảo của Hội Nghị, trong vấn đề này, bị buộc tội đã rời xa qui tắc lừng danh, rất hay được trích dẫn và thường được hiểu rất sơ sài, thì bản hiến pháp của New York phải mắc tội gấp nhiều lần (1).

Phản đối THỨ HAI chống lại Thượng Viện làm tòa đàn hặc cho rằng điều này sẽ đưa tới một tích tụ quyền lực nguy hiểm vào thực

4. Tức dự thảo hiến pháp của hội nghị lập hiến Philadelphia.

5. Ngụ ý nói tới sự phản đối trong lá thư số XVI của Brutus. A.A.

6. "chancellor": đây là một tước vị (chức năng) có nguồn gốc từ thời La Mã, do hoàng đế lập nên với nhiều quyền hành nhằm giám sát các chức vụ, quyền lực khác, trong đó chancellor có cả chức năng tư pháp, phán xử. Thời Anh quốc cổ thì "chancellor" là một quan tư pháp điều hành các tòa án công bình (court of equity) hay tòa chưởng ấn (court of chancery) nhằm xem xét lại các vụ kêu oan sau khi đã thẩm qua các tòa xử theo thông luật (common law). Tước vị (chức năng) chancellor truyền thống như vừa nói vẫn được lưu giữ ở nhiều nơi tại châu Âu và nhiều bang của Mỹ trong thế kỷ XVIII-XIX.

thể này, sẽ đẩy chính quyền trở thành dạng siêu quí tộc. Thượng Viện, như đang thấy, sẽ có quyền cùng Hành Pháp trong tạo lập hiệp ước và bổ nhiệm viên chức: phản đối cho rằng nếu các đặc quyền này lại được bổ sung thêm đặc quyền phán định tất cả các đàn hặc, thì ảnh hưởng của Thượng Viện chắc chắn thành thống soái. Với một phản đối hết sức thiếu chính xác, thật không dễ tìm ra một câu trả lời cho thật chính xác. Dựa vào đâu, giải pháp hay tiêu chuẩn nào, để chúng ta có thể xác định Thượng Viện được nhận quá nhiều, quá ít, hoặc vừa đủ mức ảnh hưởng? Chẳng phải sẽ chắc chắn và đơn giản hơn nếu bỏ đi tất cả những loại tính toán mù mờ và bấp bênh như thế rồi đánh giá từng quyền lực bằng chính bản thân chúng và dùng những nguyên tắc tổng quát để xác định nên đặt chúng ở đâu sao cho có tối đa thuận lợi và tối thiểu bất lợi?

Nếu dùng cách này, chúng ta sẽ tiến tới một kết quả dễ hiểu hơn, nếu không phải là vững vàng hơn. Việc sắp đặt quyền tạo lập hiệp ước như nêu trong bản dự thảo Hội Nghị, rồi sẽ, nếu tôi không lầm, được chứng minh là hoàn toàn đúng đắn bằng những thẩm xét đã nêu trong một bài trước [7], và bằng những đánh giá khác trong phần sắp tới của cuộc tìm hiểu của chúng ta. Sự thức thời của việc kết nối Thượng Viện với Hành Pháp trong thẩm quyền bổ nhiệm viên chức, tôi tin, sẽ được luận giải chẳng kém thuyết phục trong các bàn thảo cũng trong phần đó. Và tôi tự cho phép nói rằng những nhận xét của tôi trong bài gần nhất [8] chắc hẳn không tồi trong việc chứng minh rằng sẽ không dễ, nếu còn có thể, tìm được một nơi khác tốt hơn cho quyền phán quyết đàn hặc ngoài lựa chọn đã nêu. Nếu điều này là đúng, thì mối lo có tính giả thuyết về ảnh hưởng quá lớn của Thượng Viện cần được đưa ra khỏi các lập luận của chúng ta.

Nhưng giả thuyết này, như thể hiện, đã bị bác trong các nhận

7. FP 64.

8. Tức FP 65.

xét về nhiệm kỳ dành cho thượng nghị sỹ. Các nhận xét này, vừa dựa trên khả tín của các sự kiện lịch sử vừa dựa trên lý tính của vấn đề, đã chứng minh rằng nhánh có tính NHÂN DÂN VÀ ĐÔNG ĐẢO [9] nhất trong mọi chính quyền có thiên tính cộng hòa, cũng luôn là nhánh được nhân dân ưu ái nhất, sẽ thường là đối thủ hoàn toàn ngang sức, nếu không phải áp đảo, mọi nhánh khác của Chính Quyền.

Tuy nhiên, ngoài nguyên lý phòng ngừa tích cực và hiệu quả nhất này, để bảo đảm sự thăng bằng cho Cơ Quan Đại Diện [10] quốc gia, bản dự thảo của Hội nghị đã tạo cho cơ quan này thêm nhiều quyền lớn đối lại những quyền được phân thêm cho Thượng Viện. Ưu quyền độc nhất được đệ trình các dự luật chi tiêu sẽ thuộc Cơ Quan Đại Diện. Cơ quan này cũng sẽ có độc quyền khởi tố đàn hặc: đây chẳng phải là đối trọng nặng đúng bằng quyền phán xử đàn hặc sao? Cơ Quan Đại Diện sẽ còn là trọng tài phán dịnh trong tất cả các cuộc bầu cử Tổng Thống không tập hợp được đa số phiếu tuyệt đối của đại cử tri [11]; đây là trường hợp không thể nghi ngờ có lúc, nếu không phải thường xuyên, sẽ xảy ra. Khả năng thường trực này chắc chắn sẽ là nguồn tạo ảnh hưởng mạnh cho Cơ Quan Đại Diện. Càng gẫm xét chúng ta sẽ càng thấy tầm quan trọng của thẩm quyền tối hậu, dầu thi thoảng mới có, được quyết định người thắng trong các cuộc tranh cử giữa những công dân nổi danh nhất của Liên Hiệp vào chức vụ đứng đầu. Có lẽ sẽ không phải là hấp tấp khi đoán rằng, là một công cụ ảnh hưởng, thẩm quyền này sẽ có sức mạnh vượt tất cả các quyền đặc biệt của Thượng Viện.

Loại phản đối THỨ BA trước việc Thượng Viện được làm tòa

9. Nguyên văn "POPULAR branch" - chữ popular ở đây vừa có nghĩa nổi tiếng, được yêu quí, tin cậy, vừa có nghĩa có nguồn gốc từ nhân dân, từ đa số cộng đồng.

10. "House of Representatives" tức hạ viện.

11. Xem FP 39, ghi chú 31.

đàn hặc xuất phát từ việc Thượng Viện sẽ có quyền trong việc bổ nhiệm viên chức. Phản đối tưởng tượng rằng các thượng nghị sỹ sẽ quá khoan dung khi phán xử hành vi của những người giữ các chức vụ do chính họ đã góp phần tạo ra. Tuy nhiên, nguyên lý của phản đối này lại lên án một tập tục sẽ thấy trong tất cả các chính quyền Tiểu Bang, nếu không phải trong tất cả các chính quyền mà chúng ta đã biết: ý tôi là tập tục làm cho các công chức có *nhiệm kỳ bấp bênh* [12] phải lệ thuộc vào sự tùy thích của những người bổ nhiệm. Cũng với lý do tương tự, phản đối loại này cho rằng sự ưu ái của những người sau sẽ luôn là chỗ trú ẩn cho các hành vi sai trái của những người trước. Nhưng tập tục vừa nói, ngược với nguyên lý này, lại xuất phát từ giả định rằng trách nhiệm của những người bổ nhiệm trong việc chọn đúng người, đúng tài, và khát khao của họ về một hệ thống công quyền đáng trọng và hiệu quả, sẽ làm cho họ đủ khí lực để loại đi tất cả những ai có hành xử cho thấy không xứng với sự tin cậy đã được phó thác. Mặc dù thực tế có thể không luôn đúng như thế, nhưng nếu về cơ bản là chính xác, giả định này sẽ bác được giả thuyết cho rằng Thượng Viện, cơ quan sẽ chỉ chuẩn thuận lựa chọn [13] của Hành Pháp, sẽ có sự thiên lệch ủng hộ các lý do của lựa chọn đó mạnh tới mức khiến họ không nhìn thấy các chứng cứ phạm tội rõ tới mức đã làm cho các đại diện của đất nước phải đứng lên hặc tội.

Nếu cần thêm bất cứ lý luận khác để chỉ rõ tính bất khả của loại thiên lệch này, chúng ta sẽ tìm trong bản chất quyền bổ nhiệm viên chức của Thượng viện. Tổng Thống có chức năng ĐỀ CỬ và, với ý kiến và ưng thuận của Thượng Viện, BỔ NHIỆM viên chức. Đương

12. "during pleasure" - Nhiệm kỳ có hạn định là 2, 4 hoặc 5 năm, v.v. nhưng có thể bị truất quyền, phế bỏ chức vụ bất cứ lúc nào khi người dân cảm thấy không hài lòng (pleasure). Thuật ngữ này đối ngược với *nhiệm kỳ phẩm hạnh* "during good behavior". Xem thêm FP 39 và *Thuật ngữ* mục "Nhiệm kỳ".

13. Tức các đề cử vào vị trí viên chức chính phủ như bộ trưởng, đại sứ, v.v. - người được giả định đang bị hạch tội.

nhiên, về phía Thượng Viện, sẽ không có hành động CHỌN. Họ chỉ có thể bác lựa chọn của Tổng Thống, buộc ông [14] phải chọn lại; nhưng họ không thể tự CHỌN, mà chỉ có thể phê duyệt hoặc bác bỏ lựa chọn của Tổng Thống. Thậm chí họ có thể vẫn còn thích một người khác vào lúc họ đang chuẩn thuận người do Tổng Thống đề cử, vì không có lý do rõ ràng để chống lại Tổng Thống; và nếu giữ lại chuẩn thuận, họ cũng không chắc đề cử sau đó có rơi vào người của họ hay vào bất cứ người nào họ thấy xứng đáng hơn người đã bị bác. Do đó, khi bổ nhiệm nhân sự khó có chuyện đa số Thượng Viện lại chú tâm tới bất cứ điều gì ngoài các biểu hiện của tài năng, đức hạnh và các dấu chỉ thiếu hụt những phẩm chất này để phê chuẩn hay bác bỏ.

Loại phản đối THỨ TƯ đối với chức năng tòa đàn hặc của Thượng Viện đến từ sự phối hợp của Thượng Viện với Hành Pháp trong thẩm quyền tạo lập hiệp ước. Phối hợp này, như họ nói, sẽ biến các thượng nghị sỹ thành chính các thẩm phán cho chính họ mỗi khi có tha hóa hay sai phạm trong thực thi trách nhiệm của thượng nghị sỹ. Khi họ đã câu kết với Hành Pháp để phản bội lợi ích quốc gia trong ký kết một hiệp ước sai trái, làm cách nào để có thể, người ta hỏi, buộc họ phải chịu sự trừng phạt thích đáng khi bản thân họ lại sẽ là người quyết định trong việc phán xử các cáo buộc cho rằng họ đã phạm tội phản trắc?

Phản đối này đang được truyền bá với sự quyết liệt và lý luận lớn hơn hết thảy các loại phản đối khác đang nhằm vào phần này của bản dự thảo; và lẽ ra tôi đã tin nếu như nền tảng của phản đối này không sai lầm.

An ninh căn bản được Hiến Pháp dự trù để chống lại các tha hóa, phản trắc trong việc tạo lập hiệp ước là nằm ở số lượng và phẩm

14. Đại từ "ông" (him) ở đây cho thấy sự phân biệt nam-nữ thịnh hành trong xã hội đương thời.

cách của những người sẽ tạo ra chúng. CHỨC NĂNG HIỆP ĐỒNG giữa Thống Lãnh Hành Pháp [15] của Liên Hiệp và 2/3 thành viên của một thực thể, được chọn lựa qua sự khôn ngoan tập thể của các cơ quan lập pháp tại các Tiểu Bang [16], được thiết kế là nhằm tạo ra sự cam kết trung thành giữa các cơ quan của quốc gia trong công việc đặc biệt này. Hội Nghị hẳn đã phải nghiền ngẫm kỹ càng một cách đúng đắn việc trừng phạt Hành Pháp khi hành động lệch với ý kiến của Thượng Viện, hoặc thiếu chính trực trong thực thi các thương thảo được giao phó; họ chắc cũng đã dự kiến phải trừng phạt một vài lãnh đạo suy đồi trong Thượng Viện dám mại uy tín bản thân trong thực thể này cho ngoại quốc làm công cụ trục lợi: nhưng họ không thể nào hình dung được khả năng phải đàn hặc và trừng phạt 2/3 thành viên Thượng Viện do đã phê chuẩn một hiệp ước sai trái lại có thể đúng đắn nhiều hơn hoặc ngang bằng với khả năng tương tự đối với một đa số trong Thượng Viện hoặc đa số trong nhánh lập pháp kia [17] của quốc gia do đã phê chuẩn một điều luật tối độc hoặc vi hiến, nguyên lý, mà tôi tin, chưa bao giờ được thiết lập trong bất cứ chính quyền nào. Tuy nhiên, làm cách nào một đa số trong Cơ Quan Đại Diện có thể đàn hặc chính họ? Đương nhiên cũng chẳng dễ dàng hơn việc 2/3 Thượng Viện lại tự phán xử họ. Nhưng lý do nào khiến một đa số trong Cơ Quan Đại Diện, đã cùng vứt bỏ lợi ích xã hội khi phê chuẩn điều luật độc đoán và bất công, tránh được trừng phạt nhiều hơn 2/3 Thượng Viện cũng đã vứt bỏ các lợi ích đó khi tạo lập hiệp ước với ngoại bang? Sự thật là, trong tất cả các trường hợp như thế, để bảo vệ sự tự do và tính độc lập cần thiết cho các cuộc suy tính của thực thể lập pháp thì các thành viên của nó phải được miễn trừ trừng phạt khỏi những quyết định của tập thể;

15. "Chief Magistrate".

16. Tức các thượng nghị sỹ liên bang được bầu thông qua các cơ quan lập pháp tiểu bang. Đến năm 1913, tu chính án thứ 17 mới yêu cầu thượng nghị sỹ liên bang do nhân dân các bang bầu trực tiếp như hiện nay. Xem thêm FP 40.

17. Ý nói hạ viện.

và an toàn cho toàn xã hội phải được đặt trên sự cẩn trọng trong việc giao phó trách nhiệm vào đúng người phù hợp, làm cho họ thấy có lợi khi thực thi trách nhiệm một cách trung tín và làm cho khả năng câu kết giữa họ với nhau trở nên khó khăn nhất có thể trong mọi mục đích chống lại phúc lợi chung

Đến đây, nếu còn ngại ngần về việc Hành Pháp có ứng xử bất chính trong việc làm sai các chỉ dẫn hoặc bỏ qua ý kiến của Thượng Viện, chúng ta dứt khoát không cần phải sợ Thượng Viện sẽ không đủ ý chí để trừng phạt mọi sự lạm dụng lòng tin của họ hoặc để khôi phục quyền uy của chính họ. Do vậy, chúng ta có thể tin tưởng vào lòng kiêu hãnh, nếu không phải là đức hạnh, của họ. Nếu còn quan ngại về các lãnh đạo suy đồi, bằng vận động và sự tinh quái, làm cho đa số đồng tình phê chuẩn các quyết định làm hại cộng đồng, một khi có đủ bằng chứng về sự tha hóa này, thiên tính của loài người đảm bảo cho chúng ta rằng Thượng Viện sẽ hoàn toàn không do dự thoát khỏi sự phẫn nộ của công chúng bằng cách sẵn sàng hy sinh ngay những kẻ đã làm cho Thượng Viện sai trái và hổ thẹn.

(1) Trong Hiến pháp của New Jersey, cũng vậy, thẩm quyền tư pháp tối cao nằm trong cơ quan lập pháp. Ở New Hampshire, Massachusetts, Pennsylvania và South Carolina, một nhánh của lập pháp làm tòa đàn hặc.

Publius

(Bài này xuất bản lần đầu trên báo *The Independent Journal* ngày 08 tháng Ba 1788, trên báo *The New York Packet* ngày 11 tháng Ba 1788. Bài này đánh số 66 trong sách của Nhà McLean, số 65 khi in trên các báo vừa nói.)

FEDERALIST No. 66

To the People of the State of New York:

A REVIEW of the principal objections that have appeared against the proposed court for the trial of impeachments, will not improbably eradicate the remains of any unfavorable impressions which may still exist in regard to this matter.

The FIRST of these objections is, that the provision in question confounds legislative and judiciary authorities in the same body, in violation of that important and wellestablished maxim which requires a separation between the different departments of power. The true meaning of this maxim has been discussed and ascertained in another place, and has been shown to be entirely compatible with a partial intermixture of those departments for special purposes, preserving them, in the main, distinct and unconnected. This partial intermixture is even, in some cases, not only proper but necessary to the mutual defense of the several members of the government against each other. An absolute or qualified negative in the executive upon the acts of the legislative body, is admitted, by the ablest adepts in political science, to be an indispensable barrier against the encroachments of the latter upon the former. And it may, perhaps, with no less reason be contended, that the powers relating to impeachments are, as before intimated, an essential check in the hands of that body upon the encroachments of the executive. The division of them between the two branches of the legislature, assigning to one the right of accusing, to the other the right of judging, avoids the inconvenience of making the same persons both accusers and judges; and guards against the danger of persecution, from the prevalency of a factious spirit in either of those branches. As the concurrence of two thirds of the Senate will be requisite to a condemnation, the security to innocence, from this additional circumstance, will be as complete as itself can desire.

It is curious to observe, with what vehemence this part of the plan is assailed, on the principle here taken notice of, by men who profess to admire, without exception, the constitution of this State; while that constitution makes the Senate, together with the chancellor and judges of the Supreme Court, not only a court of impeachments, but the highest judicatory in the State, in all causes, civil and criminal. The proportion, in point of numbers, of the chancellor and judges to the senators, is so inconsiderable, that the judiciary authority of New York, in the last resort, may, with truth, be said to reside in its Senate. If the plan of the convention be, in this respect, chargeable with a departure from the celebrated maxim which has been so often mentioned, and seems to be so little understood, how much more culpable must be the constitution of New York? [1]

A SECOND objection to the Senate, as a court of impeachments, is, that it contributes to an undue accumulation of power in that body, tending to give to the government a countenance too aristocratic. The Senate, it is observed, is to have concurrent authority with the Executive in the formation of treaties and in the appointment to offices: if, say the objectors, to these prerogatives is added that of deciding in all cases of impeachment, it will give a decided predominancy to senatorial influence. To an objection so little precise in itself, it is not easy to find a very precise answer. Where is the measure or criterion to which we can appeal, for determining

1. In that of New Jersey, also, the final judiciary authority is in a branch of the legislature. In New Hampshire, Massachusetts, Pennsylvanis, and South Carolina, one branch of the legislature is the court for the trial of impeachments.

what will give the Senate too much, too little, or barely the proper degree of influence? Will it not be more safe, as well as more simple, to dismiss such vague and uncertain calculations, to examine each power by itself, and to decide, on general principles, where it may be deposited with most advantage and least inconvenience?

If we take this course, it will lead to a more intelligible, if not to a more certain result. The disposition of the power of making treaties, which has obtained in the plan of the convention, will, then, if I mistake not, appear to be fully justified by the considerations stated in a former number, and by others which will occur under the next head of our inquiries. The expediency of the junction of the Senate with the Executive, in the power of appointing to offices, will, I trust, be placed in a light not less satisfactory, in the disquisitions under the same head. And I flatter myself the observations in my last paper must have gone no inconsiderable way towards proving that it was not easy, if practicable, to find a more fit receptacle for the power of determining impeachments, than that which has been chosen. If this be truly the case, the hypothetical dread of the too great weight of the Senate ought to be discarded from our reasonings.

But this hypothesis, such as it is, has already been refuted in the remarks applied to the duration in office prescribed for the senators. It was by them shown, as well on the credit of historical examples, as from the reason of the thing, that the most POPULAR branch of every government, partaking of the republican genius, by being generally the favorite of the people, will be as generally a full match, if not an overmatch, for every other member of the Government.

But independent of this most active and operative principle, to secure the equilibrium of the national House of Representatives, the plan of the convention has provided in its favor several important counterpoises to the additional authorities to be conferred upon the Senate. The exclusive privilege of originating money bills will belong to the House of Representatives. The same house will possess the sole right of instituting impeachments: is not this a complete counterbalance to that of determining them? The same house will be the umpire in all elections of the President, which do not unite the suffrages of a majority of the whole number of electors; a case which it cannot be doubted will sometimes, if not frequently, happen. The constant possibility of the thing must be a fruitful source of influence to that body. The more it is contemplated, the more important will appear this ultimate though contingent power, of deciding the competitions of the most illustrious citizens of the Union, for the first office in it. It would not perhaps be rash to predict, that as a mean of influence it will be found to outweigh all the peculiar attributes of the Senate.

A THIRD objection to the Senate as a court of impeachments, is drawn from the agency they are to have in the appointments to office. It is imagined that they would be too indulgent judges of the conduct of men, in whose official creation they had participated. The principle of this objection would condemn a practice, which is to be seen in all the State governments, if not in all the governments with which we are acquainted: I mean that of rendering those who hold offices during pleasure, dependent on the pleasure of those who appoint them. With equal plausibility might it be alleged in this case, that the favoritism of the latter would always be an asylum for the misbehavior of the former. But that practice, in contradiction to this principle, proceeds upon the presumption, that the responsibility of those who appoint, for the fitness and competency of the persons on whom they bestow their choice, and the interest they will have in the respectable and prosperous administration of affairs, will inspire a sufficient disposition to dismiss from a share in it all such who, by their conduct, shall have proved themselves unworthy of the confidence reposed in them. Though facts may not always correspond with this presumption, yet if it be, in the main, just, it must destroy the supposition that the Senate, who will merely sanction the choice of the Executive, should feel a bias, towards the objects of that choice, strong enough to blind them to the evidences of guilt so extraordinary, as to have induced the representatives of the nation to become its accusers.

If any further arguments were necessary to evince the improbability of such a bias, it might be found in the nature of the agency of the Senate in the business of appointments. It will be the office of the President to NOMINATE, and, with the advice and consent of the Senate, to APPOINT. There will, of course, be no exertion of CHOICE on the part of the Senate. They may defeat one choice of the Executive, and oblige him to make another; but they cannot themselves CHOOSE, they can only ratify or reject the choice of the President. They might even entertain a preference to some other person, at the very moment they were assenting to the one proposed, because there might be no positive ground of opposition to him; and they could not be sure, if they withheld their assent, that the subsequent nomination would fall upon their own favorite, or upon any other person in their estimation more meritorious than the one rejected. Thus it could hardly happen, that the majority of the Senate would feel any other complacency towards the object of an appointment than such as the appearances of merit might inspire, and the proofs of the want of it destroy.

A FOURTH objection to the Senate in the capacity of a court of impeachments, is derived from its union with the Executive in the power of making treaties. This, it has been said, would constitute the senators their own judges, in every case of a corrupt or perfidious execution of that trust. After having combined with the Executive in betraying the interests of the nation in a ruinous treaty, what prospect, it is asked, would there be of their being made to suffer the punishment they would deserve, when they were themselves to decide upon the accusation brought against them for the treachery of which they have been guilty?

This objection has been circulated with more earnestness and with greater show of reason than any other which has appeared against this part of the plan; and yet I am deceived if it does not rest upon an erroneous foundation.

The security essentially intended by the Constitution against corruption and treachery in the formation of treaties, is to be sought for in the numbers and characters of those who are to make them. The JOINT AGENCY of the Chief Magistrate of the Union, and of two thirds of the members of a body selected by the collective wisdom of the legislatures of the several States, is designed to be the pledge for the fidelity of the national councils in this particular. The convention might with propriety have meditated the punishment of the Executive, for a deviation from the instructions of the Senate, or a want of integrity in the conduct of the negotiations committed to him; they might also have had in view the punishment of a few leading individuals in the Senate, who should have prostituted their influence in that body as the mercenary instruments of foreign corruption: but they could not, with more or with equal propriety, have contemplated the impeachment and punishment of two thirds of the Senate, consenting to an improper treaty, than of a majority of that or of the other branch of the national legislature, consenting to a pernicious or unconstitutional law, a principle which, I believe, has never been admitted into any government. How, in fact, could a majority in the House of Representatives impeach themselves? Not better, it is evident, than two thirds of the Senate might try themselves. And yet what reason is there, that a majority of the House of Representatives, sacrificing the interests of the society by an unjust and tyrannical act of legislation, should escape with impunity, more than two thirds of the Senate, sacrificing the same interests in an injurious treaty with a foreign power? The truth is, that in all such cases it is essential to the freedom and to the necessary independence of the deliberations of the body, that the members of it should be exempt from punishment for acts done in a collective capacity; and the security to the society must depend on the care which is taken to confide the trust to proper hands, to make it their interest to execute it with fidelity, and to make it as difficult as possible for them to combine in any interest opposite to that of the public good.

So far as might concern the misbehavior of the Executive in perverting the instructions or contravening the views of the Senate, we need not be apprehensive of the want of a disposition in that body to punish the abuse of their confidence or to vindicate their own authority. We may thus far count upon their pride, if not upon their virtue. And so far even as might concern the corruption of leading members, by whose arts and influence the majority may have been inveigled into measures odious to the community, if the proofs of that corruption should be satisfactory, the usual propensity of human nature will warrant us in concluding that there would be commonly no defect of inclination in the body to divert the public resentment from themselves by a ready sacrifice of the authors of their mismanagement and disgrace.

Publius

TƯ PHÁP

FEDERALIST 78*

Cơ Quan Tư Pháp

Alexander Hamilton

Thưa Đồng Bào Tiểu Bang New York,

Bây giờ chúng ta TIẾN HÀNH xem xét cơ quan tư pháp trong chính quyền tương lai.

Khi xem xét các khiếm khuyết của Bang Liên hiện nay, sự hữu dụng và cần thiết của một cơ quan tư pháp cấp toàn liên bang đã hiện ra rõ ràng. Không cần thiết phải lặp lại các xem xét đó ở đây vì sự đúng đắn của thiết chế này không phải là điểm tranh cãi; những băn khoăn duy nhất được nêu ra chỉ động tới cách thức hình thành và qui mô thẩm quyền. Vì vậy, các phân tích của chúng tôi sẽ chỉ tập trung vào các điểm này.

Việc tổ chức cơ quan tư pháp liên bang, có lẽ, phải bao hàm các vấn đề sau: Thứ nhất, định ra cách bổ nhiệm thẩm phán. Thứ hai, định ra *cấu trúc thẩm quyền* [1]. Thứ ba, xác định sự phân chia thẩm quyền tư pháp giữa các tòa án, và mối tương quan giữa chúng.

Thứ Nhất. Về cách thức bổ nhiệm thẩm phán; điều này cũng y như cách thức bổ nhiệm các viên chức của Liên Hiệp nói chung, và

1. "tenure". Xem *Thuật ngữ* "Cấu trúc thẩm quyền".

đã được bàn luận trong hai số trước một cách hết sức đầy đủ khiến cho việc nói thêm bất cứ điều gì ở đây đều là thừa.

Thứ Hai. Về cấu trúc thẩm quyền để thẩm phán thực thi chức vụ; điều này liên đới chủ yếu tới nhiệm kỳ của thẩm phán; các công cụ trợ giúp; các đề phòng cho trách nhiệm của họ.

Theo bản dự thảo của hội nghị, mọi thẩm phán, những người đã được bổ nhiệm bởi Hợp Chúng Quốc Hoa Kỳ, sẽ được giữ chức vụ suốt chừng nào họ vẫn CÓ PHẨM HẠNH TỐT; đặc tính này phù hợp với các hiến pháp được đánh giá tốt nhất của các Tiểu Bang, và trong số còn lại, cũng phù hợp với hiến pháp của Tiểu Bang này [2]. Song, sự đúng đắn của dự kiến này đang bị chất vấn bởi các đối thủ của bản dự thảo hoàn toàn không phải là dấu hiệu của cơn thịnh nộ bác bỏ, điều đang làm rối loạn cả trí tưởng lẫn phán xét của họ. Tiêu chuẩn phẩm hạnh để được liên tục nắm quyền trong cơ quan tư pháp chắc chắn là một trong những điểm giá trị nhất trong các cải tiến chính trị hiện đại về thực hành cầm quyền. Trong chính thể quân chủ, đây là một rào cản xuất sắc để chống lại sự độc đoán của quân vương; trong nền cộng hòa đây cũng là một hàng rào không kém phi thường để chống lại các chèn ép, xâm hấn của cơ quan đại diện [3]. Và đó cũng là kỹ thuật tốt nhất có thể nghĩ ra để mọi chính quyền bảo đảm pháp luật được quản trị một cách ổn định, cương trực và bất thiên vị.

Bất cứ ai tìm hiểu kỹ càng quyền lực của các bộ phận khác đều phải nhận thấy, rằng, trong một chính quyền có sự chia tách giữa các quyền lực, tư pháp, do chức năng của nó, luôn luôn là bộ phận ít nguy hiểm nhất cho các quyền chính trị của Hiến Pháp; bởi vì khả

2. Tức New York.

3. Tức cơ quan lập pháp.

năng quấy nhiễu hay đả thương các quyền này của nó là yếu nhất. Bộ phận Hành Pháp không chỉ ban phát danh phẩm [4] mà còn thủ đắc cả lưỡi gươm trừng phạt chung [5]. Bộ phận lập pháp không chỉ điều hành túi tiền mà còn chỉ định các phép tắc điều chỉnh nghĩa vụ và quyền lợi của mọi công dân. Bộ phận tư pháp, ngược lại, chẳng có ảnh hưởng gì tới lưỡi gươm hay hầu bao; cũng chẳng được có ý kiến gì tới sức mạnh hay của cải của xã hội; và cũng chẳng thể làm ra một quyết nghị gì. Thực sự có thể nói rằng tư pháp chẳng có LỰC cũng chẳng có CHÍ, chỉ có mỗi quyền phán xét; và, buộc phải có trợ lực của hành pháp để các phán xét có hiệu lực.

Cách nhìn đơn giản này gợi ra một số điểm quan trọng sau đây. Nó chứng tỏ rõ, rằng tư pháp, chẳng cần so sánh, là yếu nhất trong ba bộ phận quyền lực (1); rằng tư pháp không bao giờ có thể tấn công nổi hai bộ phận kia; và rằng mọi sự quan tâm cần có là phải giúp cho nó có khả năng tự vệ trước các tấn công của hai bộ phận kia. Cách nhìn này cũng chứng minh rằng, dù sự trấn áp cá nhân cũng có thể do các tòa án công lý gây ra, tự do nói chung của người dân không bao giờ có thể bị đe dọa bởi khu vực này; với ý tôi là chừng nào tư pháp vẫn thực sự khác với cả hai, lập pháp và Hành Pháp. Bởi tôi tán thành nhận định rằng "sẽ chẳng có tự do nếu quyền phán xét không tách khỏi lập pháp và hành pháp" (2). Và cách nhìn đơn giản đó, cuối cùng, chứng minh rằng tự do không có điều gì phải e ngại một mình tư pháp, song sẽ phải luôn coi chừng sự liên kết của nó với các bộ phận khác; rằng do mọi đe dọa của một liên kết như thế đều là do sự lệ thuộc của bộ phận trước vào các bộ phận sau bất kể chúng đã được chia tách rõ và đúng; rằng do sự yếu ớt tự nhiên, tư pháp luôn luôn bị tổn thương do các chèn ép, dọa dẫm, tác động của hai nhánh

4. Ý muốn nói chức vụ, bổng lộc.

5. Ý muốn nói cảnh sát, nhà tù.

đồng nghiệp; và rằng do không điều gì có thể tăng cường cho sự cả quyết và độc lập của tư pháp bằng sự thường trực nắm quyền – vì vậy phẩm tính này phải được coi là một thành tố nền tảng trong cấu trúc tư pháp, và, ở mức độ lớn hơn, phải được coi là thành trì cho công lý và an ninh công cộng.

Sự độc lập hoàn toàn của các tòa án công lý có tính quan trọng hết sức đặc biệt trong một *Hiến Pháp giới hạn* [6]. Theo tôi hiểu, Hiến Pháp giới hạn là loại hiến pháp có một số qui định đặc biệt cho thẩm quyền lập pháp; ví dụ như qui định lập pháp không được thông qua các *bills of attainder* [7], luật hồi tố [8], và mọi thứ tương tự. Các hạn chế kiểu này không thể nào thực thi được trên thực tế ngoài cách phải có các tòa công lý có bổn phận tuyên bố mọi hành động trái với tinh thần hiển nhiên của Hiến Pháp đều vô hiệu. Thiếu điều này, tất cả mọi bảo đảm cho các quyền hoặc đặc quyền đều sẽ thành vô nghĩa.

Những bối rối trước việc các tòa án có quyền tuyên vô hiệu đối với các quyết định của lập pháp khi chúng ngược với Hiến Pháp, là do sự tưởng tượng rằng học thuyết này có ý dành cho tư pháp một thẩm quyền cao hơn lập pháp. Suy diễn này đã cho rằng thẩm quyền có thể tuyên hành động của thẩm quyền khác là vô hiệu buộc phải cao hơn thẩm quyền có những hành động bị coi là vô hiệu. Do học thuyết này có tầm quan trọng rất lớn trong mọi bản hiến pháp Mỹ, một trao đổi gọn về nền tảng của học thuyết này là điều cần thiết.

Không điều gì có nguyên tắc sáng rõ hơn việc mọi hành động của một thẩm quyền được ủy nhiệm trái với tinh thần của thẩm

6. "a limited Constitution".

7. Đây là luật có nguồn gốc tại Anh từ thế kỷ XV. Luật này áp đặt hình phạt hết sức nghiêm khắc và độc đoán lên đối tượng, từ tịch thu tài sản cho tới hành hình; đối tượng bị tước hết mọi quyền biện hộ hay khiếu nại.

8. "ex-post-facto laws".

quyền ủy nhiệm là vô hiệu. Vì vậy, không hành động lập pháp nào, trái với Hiến Pháp, lại có thể có giá trị. Bác bỏ điều này sẽ là xác quyết rằng kẻ đại diện lớn hơn người trao quyền; rằng kẻ đày tớ lớn hơn ông chủ; rằng các đại diện của dân cao hơn chính người dân; rằng kẻ cầm quyền không chỉ có thể thực hiện những hành động không được phép mà cả những hành động bị cấm.

Nếu cho rằng bản thân bộ phận lập pháp đã là các thẩm phán hiến định cho chính quyền lực của họ, và rằng sự diễn giải quyền lực của chính họ có tính áp đặt đối với các bộ phận khác thì câu trả lời sẽ là điều này không thể là lý lẽ tự nhiên do không đúng với bất kỳ qui định nào trong Hiến Pháp. Mặt khác, cũng không thể giả định rằng Hiến Pháp có thể muốn cho các đại diện của dân dùng Ý CHÍ của bản thân thay cho ý chí của cử tri. Nhưng hết sức hợp lý khi cho rằng các tòa án đã được chỉ định để là cơ quan trung gian giữa người dân và cơ quan lập pháp nhằm, trong nhiều mục đích khác nhau, giữ cho bộ phận sau nằm trong phạm vi đã được vạch cho thẩm quyền của nó. Giải thích pháp luật là một năng lực riêng và đặc thù của tòa án. Thực tế, một bản hiến pháp đang và buộc phải được các thẩm phán coi là bộ luật nền tảng. Hệ quả là thẩm quyền xác lập ý nghĩa của hiến pháp phải thuộc thẩm phán, cũng như việc xác định ý nghĩa của bất cứ quyết định nào từ cơ quan lập pháp. Nếu xảy ra tình trạng khác biệt bất phân giữa hai bộ phận thì bộ phận nào có bổn phận và giá trị cao hơn, đương nhiên, sẽ phải được ủng hộ hơn; hay, nói cách khác, Hiến Pháp phải được coi trọng hơn luật, ý chí dân phải được bảo vệ thay vì ý muốn công bộc.

Kết luận này hoàn toàn không có nghĩa đặt quyền lập pháp dưới quyền tư pháp. Kết luận này chỉ cho rằng quyền lực của dân cao hơn cả hai; và khi nào ý chí của lập pháp, thể hiện trong các bản luật của nó, đối lập với ý chí của dân, được tuyên trong Hiến Pháp, các thẩm phán sẽ phải hành động theo ý chí sau hơn là ý chí trước. Thẩm phán sẽ phải điều chỉnh các quyết định của họ dựa theo các luật nền tảng hơn là các luật không nền tảng.

Việc thực thi quyết định tư pháp đặc thù này, trong việc phân định hai luật mâu thuẫn nhau, sẽ được thấy rõ hơn trong một ví dụ quen thuộc sau đây. Không hiếm khi xuất hiện hai văn bản luật cùng một lúc nhưng lại trái ngược nhau toàn phần hoặc một phần, và cả hai đều không có điều khoản hay biểu hiện loại trừ nhau. Trong trường hợp như thế, chính thẩm quyền tòa án sẽ làm rõ và ấn định ý nghĩa và hiệu năng của chúng. Chừng nào chúng còn có thể tương thích với nhau bằng sự diễn giải công bằng thì lý lẽ và pháp luật đều cùng cho phép cả hai tồn tại; nhưng khi sự tương thích là bất khả thì cần phải cho một bên có hiệu lực và loại bỏ bên kia. Nguyên tắc thường định ở tòa án cho việc xác định giá trị liên quan của chúng, là văn bản sinh sau sẽ ưu thế hơn văn bản sinh trước. Nhưng đây là nguyên tắc diễn giải không phải do các *luật nhân tạo* [9] lập ra mà có gốc từ thiên nhiên và lý lẽ vạn vật. Nguyên tắc này cũng không do quyền lực lập pháp áp đặt lên các tòa án mà nó được chính các tòa tự áp dụng vì hợp với tâm thế cần được điều hướng bằng lẽ phải và sự công chính ở những người giải thích pháp luật. Họ đã cho rằng điều hợp lý là giữa hai quyết định mâu thuẫn từ một thẩm quyền NGANG NHAU, cái thể hiện ý chí sau cùng sẽ có ưu thế hơn.

Song, đối với các quyết định trái nhau của một thẩm quyền trên và một thẩm quyền phụ thuộc, của một quyền lực gốc và một quyền lực phó bản, thiên nhiên và lý tính vạn vật cho rằng đảo ngược nguyên tắc vừa kể lại là điều đúng đắn cần làm. Thiên nhiên và lý tính sự vật dạy ta rằng quyết định sinh trước từ thẩm quyền trên

9. "positive law". Xem *Thuật ngữ* mục "Luật nhân tạo".

phải có giá trị hơn quyết định sinh sau từ thẩm quyền dưới và lệ thuộc; và rằng, theo lẽ đó, bất cứ khi nào một luật ngược Hiến Pháp thì bổn phận của các tòa tư pháp là phải gắn chặt vào thiết chế sau và bác bỏ thiết chế trước.

Cũng không thể có ý nghĩa khi nói rằng các tòa án, vì lý do chống đối, có thể dùng sở thích của riêng họ để gạt các mong muốn hợp hiến của cơ quan lập pháp. Điều này có thể xảy ra khi có hai bản luật mâu thuẫn nhau, hoặc xảy ra trong các phán quyết về một bản luật riêng rẽ. Tòa án phải tuyên bố ý nghĩa của luật; và nếu họ sẵn sàng thực thi Ý CHÍ thay cho PHÁN XÉT, hậu quả sẽ đều là ý chí của họ sẽ thay thế ý chí của cơ quan lập pháp. Điều này cho thấy ít nhất một điều là vậy thì không nên có thẩm phán khác biệt với cơ quan lập pháp.

Nhưng, nếu coi các tòa án công lý được coi là các pháo đài cho Hiến Pháp giới hạn chống lại các xâm hại của lập pháp, thì tư duy này sẽ mang lại sự ủng hộ mạnh mẽ cho nhiệm kỳ thường trực của thẩm phán, do không điều gì khác có thể giúp ích hơn cho tinh thần độc lập của thẩm phán, yếu tố căn cốt của năng lực trung tín với một bổn phận hết sức cam go.

Sự độc lập này của các thẩm phán cũng là điều kiện phải có để bảo vệ Hiến Pháp và các quyền của cá nhân chống lại tác động của những tính khí độc địa do những kẻ tinh quái hoặc sự ảnh hưởng của các bối cảnh đặc biệt reo rắc ngay trong dân chúng, và, dù cho các tính khí này nhanh chóng tàn lụi trước các thông tin và suy tư chín chắn hơn, vẫn có xu hướng gây ra những biến cải nguy hiểm trong chính quyền, và cả các đàn áp nghiêm trọng phe thiểu số trong cộng đồng. Cho dù tôi tin tưởng những người bạn của bản dự thảo Hiến Pháp sẽ không bao giờ ủng hộ kẻ thù của nó (3), khi xem xét lại nguyên lý căn bản của chính thể cộng hòa thừa nhận người dân có quyền tu chỉnh hoặc xóa bỏ Hiến Pháp đã lập, bất cứ khi nào họ thấy nó bất nhất với hạnh phúc của họ, nhưng sẽ không thể suy diễn từ nguyên lý này rằng các đại diện của dân, bất cứ khi nào có một xu thế chốc lát hiện ra không chế được đa số cử tri của họ nhưng bất hợp với các qui định Hiến Pháp đương nhiệm, sẽ có thể, vì lý do vừa kể, được phép xâm phạm các qui định đó của Hiến Pháp; hoặc cho rằng các tòa án sẽ phải có bổn phận thể tất cho các xâm phạm thuộc dạng này hơn là khi chúng xuất phát hoàn toàn từ các bè nhóm thuộc cơ quan lập pháp. Cho tới khi người dân, bằng một quyết định xác quyết và long trọng, xóa bỏ hoặc thay đổi Hiến Pháp đã lập, Hiến Pháp vẫn luôn ràng buộc chính bản thân họ ở nghĩa tập thể cũng như cá thể; và không một giả định, không một hiểu biết nào về tình cảm của họ cho phép các đại diện của họ xa rời Hiến Pháp, trước khi có một quyết định như vừa nêu. Nhưng dễ dàng trông thấy, rằng điều này đòi hỏi các thẩm phán phải có một sức mạnh khác thường về tinh thần để thực thi sứ mạng là người bảo vệ tận tụy Hiến Pháp lúc lập pháp xâm phạm Hiến Pháp do đa số cộng đồng khích động.

Nhưng không chỉ vì các xâm phạm Hiến Pháp khiến sự độc lập của thẩm phán trở nên công cụ phòng vệ quan trọng chống lại tác động của các tính khí thất thường ác độc trong xã hội. Những bất thường này đôi khi chẳng vượt quá sự xâm hại tới các quyền cá nhân của một số tầng lớp công dân thông qua các điều luật bất công, thiên vị. Những lúc như thế sự quả quyết của tư pháp giữ tầm quan trọng to lớn trong việc hạn chế sự hà khắc và khống chế luật lệ sai trái. Tư pháp không chỉ làm giảm các rối loạn ngay tức thì của các luật đã được thông qua, nó còn vận hành như một cái phanh hãm sự thông qua luật của cơ quan lập pháp; những người, trong khi biết rõ các dự định hắc ám sẽ bị ngăn cản bởi lòng tận tụy của các tòa án, sẽ ở trong tình trạng bắt buộc phải tự tiết chế ngay cả khi bị thôi thúc bởi các tham vọng bất chính. Đây chính là một tình huống đã được cân nhắc nhằm tạo ra khí chất đặc biệt hơn cho các chính quyền của chúng ta mà đa số đều không biết. Những ích lợi của đức tính chính trực và điều hòa trong bộ phận tư pháp đã được cảm thấy rõ ở nhiều Tiểu Bang; và cho dù chúng có thể gây khó chịu cho những người có những trông chờ mờ ám đã bị những hệ quả đó bất hoạt, chắc chắn những người này cũng sẽ phải trân trọng và hoan nghênh tất cả những người có đức hạnh và khí chất công bình. Những người cẩn trọng, thuộc mọi phong thái, cần phải ủng hộ tất cả những gì giúp tạo dựng hay củng cố cho thần khí đó của các tòa án: vì không ai có thể chắc chắn ngày mai không thành nạn nhân của một đầu óc bất chính mà hôm nay nhờ nó ông ta [10] đang là kẻ chiến thắng. Và tất cả mọi người phải đang cảm thấy, rằng khả năng không thể tránh khỏi của một đầu óc như thế sẽ len vào các nền tảng của sự tin tưởng công và tư, và sẽ gây ra tình trạng bất tín và bất ổn trường kỳ ở mọi nơi.

Lòng trung tín bất ngả nghiêng với các quyền Hiến Pháp, và quyền cá nhân mà chúng tôi coi là những điều tối cần trong các tòa án công lý, chắc chắn không thể có được từ những thẩm phán giữ chức vụ theo một ủy nhiệm tạm thời. Sự bổ nhiệm định kỳ, bất kể theo cách nào hoặc bất kể do ai, cũng sẽ tiêu diệt sự độc lập cần thiết của họ. Nếu quyền lập thẩm phán trao cho Hành Pháp hay lập pháp, sẽ có nguy hiểm của sự chiều chuộng thiếu đứng đắn cho nhánh có quyền này; nếu cả hai có quyền này, sẽ có cố gắng tránh gây phật lòng cho cả hai; nếu quyền này trao cho dân, hoặc cho những người do dân chọn lựa cho mục đích riêng biệt này, sẽ gây ra một tâm thế quá tự đại khiến thẩm phán chẳng cần phải trông giảng sự đánh giá của dân, phải đảm bảo sự phán quyết không dựa trên bất cứ điều gì

10. Dấu tích lịch sử của lối nghĩ trọng nam, thuộc mọi xứ sở.

ngoài Hiến Pháp và pháp luật.

Vẫn còn có một lý do sâu xa hơn và nặng ký hơn cho nhiệm kỳ thường trực của tư pháp, lý do này xuất phát từ bản chất các phẩm tính cần có của tư pháp. Điều thường thấy, một cách hết sức đúng đắn, là khối lượng đồ sộ các luật là một trong những phiền toái cần phải gắn chặt với những ưu việt của một chính thể tự do. Để tránh quyết định tùy tiện của các tòa án, điều tối cần là chúng phải bị khống chế chặt bởi các nguyên tắc nghiêm cẩn và các án lệ, những điều sẽ giúp họ định rõ và đủ trách nhiệm của họ trước từng vụ án riêng biệt; và chúng ta sẽ thấy ngay rằng, do sự đa dạng của các cãi vã xuất phát từ bản tính điên khùng, độc ác của loài người, hồ sơ các án lệ đó sẽ phải là những khối lượng rất đồ sộ đòi hỏi phải nghiền ngẫm cần mẫn và dài lâu mới có thể nắm rõ. Do vậy, sẽ chỉ có rất ít người trong xã hội có đủ khả năng về luật pháp hầu đáp ứng các yêu cầu của chức vị thẩm phán. Và nếu để ý tới sự tha hóa thường tình của con người, số lượng đó còn nhỏ hơn số những người hội được cả sự chính trực lẫn sự hiểu biết cần thiết. Những suy tư này dạy chúng ta, rằng chính quyền sẽ không thể có nhiều lựa chọn về những người phù hợp; và rằng thời gian tạm thời trong nhiệm sở sẽ tự nhiên làm những người đủ phẩm chất chẳng muốn rời bỏ một công việc đầy lợi lộc để lấy một chiếc ghế ở tòa; điều này có xu hướng đẩy việc cai quản công lý rơi vào tay những người ít khả năng, ít phẩm chất nhưng lại phải thực thi một cách đúng đắn và hiệu quả. Trong tình cảnh hiện nay của đất nước, và trong những hoàn cảnh nhiều khả năng còn tiếp tục dài lâu trong tương lai, những bất tiện của vấn đề này sẽ lớn hơn những gì chúng thoạt xuất hiện; nhưng cần phải thừa nhận, rằng chúng nhỏ hơn nhiều so với các bất tiện đang tự bộc lộ dưới các phương diện khác của vấn đề.

Về tổng thể, không thể có một chút nghi ngờ về việc Hội Nghị[11] đã hành động sáng suốt khi dùng lại mô hình trong các hiến pháp đã thiết lập đặc tính PHẨM HẠNH TỐT cho cấu trúc thẩm quyền trong các cơ quan tư pháp ở vấn đề thời gian; và không thể nào phàn nàn được trong vấn đề này vì bản thiết kế của họ đã tránh được một khuyết tật không thể tha thứ: thiếu hẳn đặc tính quan trọng này của một chính quyền tốt đẹp. Kinh nghiệm của Đại Anh Quốc là lời khen vang dội cho sự xuất sắc của thiết chế này.

(1) Montesquieu danh tiếng khi bàn về vấn đề này đã nói rằng: "Trong số ba quyền lực chúng ta vừa nói, tư pháp gần như không có quyền gì." "Spirit of Laws", vol.i., tr.186.

(2) Sđd, tr.181.

(3) Xem "Phản ứng của nhóm thiểu số trong Hội nghị Pennsylvania," Tham luận của Martin, v.v.

Publius

*Bài này xuất bản lần đầu ngày 28 tháng Năm 1788 trong ấn bản sách *The Federalist II* (tr.290-299) của Nhà McLean với số 78. Sau đó xuất hiện trên báo *The Independent Journal* (của New York) ngày 14 tháng Sáu 1788 với số thứ tự 77. Nhưng được đánh số 78 khi xuất hiện trên báo *The New-York Packet* ngày 17 và ngày 20 tháng Sáu 1788.

11. Tức hội nghị lập hiến Philadelphia.

FEDERALIST No. 78

To the People of the State of New York:

WE PROCEED now to an examination of the judiciary department of the proposed government.

In unfolding the defects of the existing Confederation, the utility and necessity of a federal judicature have been clearly pointed out. It is the less necessary to recapitulate the considerations there urged, as the propriety of the institution in the abstract is not disputed; the only questions which have been raised being relative to the manner of constituting it, and to its extent. To these points, therefore, our observations shall be confined.

The manner of constituting it seems to embrace these several objects: 1st. The mode of appointing the judges. 2d. The tenure by which they are to hold their places. 3d. The partition of the judiciary authority between different courts, and their relations to each other.

First. As to the mode of appointing the judges; this is the same with that of appointing the officers of the Union in general, and has been so fully discussed in the two last numbers, that nothing can be said here which would not be useless repetition.

Second. As to the tenure by which the judges are to hold their places; this chiefly concerns their duration in office; the provisions for their support; the precautions for their responsibility.

According to the plan of the convention, all judges who may be appointed by the United States are to hold their offices DURING GOOD BEHAVIOR; which is conformable to the most approved of the State constitutions and among the rest, to that of this State. Its propriety having been drawn into question by the adversaries of that plan, is no light symptom of the rage for objection, which disorders their imaginations and judgments. The standard of good behavior for the continuance in office of the judicial magistracy, is certainly one of the most valuable of the modern improvements in the practice of government. In a monarchy it is an excellent barrier to the despotism of the prince; in a republic it is a no less excellent barrier to the encroachments and oppressions of the representative body. And it is the best expedient which can be devised in any government, to secure a steady, upright, and impartial administration of the laws.

Whoever attentively considers the different departments of power must perceive, that, in a government in which they are separated from each other, the judiciary, from the nature of its functions, will always be the least dangerous to the political rights of the Constitution; because it will be least in a capacity to annoy or injure them. The Executive not only dispenses the honors, but holds the sword of the community. The legislature not only commands the purse, but prescribes the rules by which the duties and rights of every citizen are to be regulated. The judiciary, on the contrary, has no influence over either the sword or the purse; no direction either of the strength or of the wealth of the society; and can take no active resolution whatever. It may truly be said to have neither FORCE nor WILL, but merely judgment; and must ultimately depend upon the aid of the executive arm even for the efficacy of its judgments.

This simple view of the matter suggests several important consequences. It proves incontestably, that the judiciary is beyond comparison the weakest of the three departments of power [1]; that it can never attack with success either of the other two; and that all

1. The celebrated Montesquieu, speaking of them, says: «Of the three powers above mentioned, the judiciary is next to nothing.» «Spirit of Laws.» vol. i., page 186.

possible care is requisite to enable it to defend itself against their attacks. It equally proves, that though individual oppression may now and then proceed from the courts of justice, the general liberty of the people can never be endangered from that quarter; I mean so long as the judiciary remains truly distinct from both the legislature and the Executive. For I agree, that «there is no liberty, if the power of judging be not separated from the legislative and executive powers.» [2] And it proves, in the last place, that as liberty can have nothing to fear from the judiciary alone, but would have every thing to fear from its union with either of the other departments; that as all the effects of such a union must ensue from a dependence of the former on the latter, notwithstanding a nominal and apparent separation; that as, from the natural feebleness of the judiciary, it is in continual jeopardy of being overpowered, awed, or influenced by its co-ordinate branches; and that as nothing can contribute so much to its firmness and independence as permanency in office, this quality may therefore be justly regarded as an indispensable ingredient in its constitution, and, in a great measure, as the citadel of the public justice and the public security.

The complete independence of the courts of justice is peculiarly essential in a limited Constitution. By a limited Constitution, I understand one which contains certain specified exceptions to the legislative authority; such, for instance, as that it shall pass no bills of attainder, no ex-post-facto laws, and the like. Limitations of this kind can be preserved in practice no other way than through the medium of courts of justice, whose duty it must be to declare all acts contrary to the manifest tenor of the Constitution void. Without this, all the reservations of particular rights or privileges would amount to nothing.

2. Idem, page 181.

Some perplexity respecting the rights of the courts to pronounce legislative acts void, because contrary to the Constitution, has arisen from an imagination that the doctrine would imply a superiority of the judiciary to the legislative power. It is urged that the authority which can declare the acts of another void, must necessarily be superior to the one whose acts may be declared void. As this doctrine is of great importance in all the American constitutions, a brief discussion of the ground on which it rests cannot be unacceptable.

There is no position which depends on clearer principles, than that every act of a delegated authority, contrary to the tenor of the commission under which it is exercised, is void. No legislative act, therefore, contrary to the Constitution, can be valid. To deny this, would be to affirm, that the deputy is greater than his principal; that the servant is above his master; that the representatives of the people are superior to the people themselves; that men acting by virtue of powers, may do not only what their powers do not authorize, but what they forbid.

If it be said that the legislative body are themselves the constitutional judges of their own powers, and that the construction they put upon them is conclusive upon the other departments, it may be answered, that this cannot be the natural presumption, where it is not to be collected from any particular provisions in the Constitution. It is not otherwise to be supposed, that the Constitution could intend to enable the representatives of the people to substitute their WILL to that of their constituents. It is far more rational to suppose, that the courts were designed to be an intermediate body between the people and the legislature, in order, among other things, to keep the latter within the limits assigned to their authority. The interpretation of the laws is the proper and peculiar province of the courts. A constitution is, in fact, and must be regarded by the judges, as a fundamental law.

It therefore belongs to them to ascertain its meaning, as well as the meaning of any particular act proceeding from the legislative body. If there should happen to be an irreconcilable variance between the two, that which has the superior obligation and validity ought, of course, to be preferred; or, in other words, the Constitution ought to be preferred to the statute, the intention of the people to the intention of their agents.

Nor does this conclusion by any means suppose a superiority of the judicial to the legislative power. It only supposes that the power of the people is superior to both; and that where the will of the legislature, declared in its statutes, stands in opposition to that of the people, declared in the Constitution, the judges ought to be governed by the latter rather than the former. They ought to regulate their decisions by the fundamental laws, rather than by those which are not fundamental.

This exercise of judicial discretion, in determining between two contradictory laws, is exemplified in a familiar instance. It not uncommonly happens, that there are two statutes existing at one time, clashing in whole or in part with each other, and neither of them containing any repealing clause or expression. In such a case, it is the province of the courts to liquidate and fix their meaning and operation. So far as they can, by any fair construction, be reconciled to each other, reason and law conspire to dictate that this should be done; where this is impracticable, it becomes a matter of necessity to give effect to one, in exclusion of the other. The rule which has obtained in the courts for determining their relative validity is, that the last in order of time shall be preferred to the first. But this is a mere rule of construction, not derived from any positive law, but from the nature and reason of the thing. It is a rule not enjoined upon the courts by legislative provision, but adopted by themselves, as consonant to truth and propriety, for the direction of their conduct as interpreters of the law. They thought it reasonable, that between the interfering acts of an EQUAL authority, that which was the last indication of its will should have the preference.

But in regard to the interfering acts of a superior and subordinate authority, of an original and derivative power, the nature and reason of the thing indicate the converse of that rule as proper to be followed. They teach us that the prior act of a superior ought to be preferred to the subsequent act of an inferior and subordinate authority; and that accordingly, whenever a particular statute contravenes the Constitution, it will be the duty of the judicial tribunals to adhere to the latter and disregard the former.

It can be of no weight to say that the courts, on the pretense of a repugnancy, may substitute their own pleasure to the constitutional intentions of the legislature. This might as well happen in the case of two contradictory statutes; or it might as well happen in every adjudication upon any single statute. The courts must declare the sense of the law; and if they should be disposed to exercise WILL instead of JUDGMENT, the consequence would equally be the substitution of their pleasure to that of the legislative body. The observation, if it prove any thing, would prove that there ought to be no judges distinct from that body.

If, then, the courts of justice are to be considered as the bulwarks of a limited Constitution against legislative encroachments, this consideration will afford a strong argument for the permanent tenure of judicial offices, since nothing will contribute so much as this to that independent spirit in the judges which must be essential to the faithful performance of so arduous a duty.

This independence of the judges is equally requisite to guard the

Constitution and the rights of individuals from the effects of those ill humors, which the arts of designing men, or the influence of particular conjunctures, sometimes disseminate among the people themselves, and which, though they speedily give place to better information, and more deliberate reflection, have a tendency, in the meantime, to occasion dangerous innovations in the government, and serious oppressions of the minor party in the community. Though I trust the friends of the proposed Constitution will never concur with its enemies, [3] in questioning that fundamental principle of republican government, which admits the right of the people to alter or abolish the established Constitution, whenever they find it inconsistent with their happiness, yet it is not to be inferred from this principle, that the representatives of the people, whenever a momentary inclination happens to lay hold of a majority of their constituents, incompatible with the provisions in the existing Constitution, would, on that account, be justifiable in a violation of those provisions; or that the courts would be under a greater obligation to connive at infractions in this shape, than when they had proceeded wholly from the cabals of the representative body. Until the people have, by some solemn and authoritative act, annulled or changed the established form, it is binding upon themselves collectively, as well as individually; and no presumption, or even knowledge, of their sentiments, can warrant their representatives in a departure from it, prior to such an act. But it is easy to see, that it would require an uncommon portion of fortitude in the judges to do their duty as faithful guardians of the Constitution, where legislative invasions of it had been instigated by the major voice of the community.

But it is not with a view to infractions of the Constitution only,

3. Vide «Protest of the Minority of the Convention of Pennsylvania,» Martin's Speech, etc.

that the independence of the judges may be an essential safeguard against the effects of occasional ill humors in the society. These sometimes extend no farther than to the injury of the private rights of particular classes of citizens, by unjust and partial laws. Here also the firmness of the judicial magistracy is of vast importance in mitigating the severity and confining the operation of such laws. It not only serves to moderate the immediate mischiefs of those which may have been passed, but it operates as a check upon the legislative body in passing them; who, perceiving that obstacles to the success of iniquitous intention are to be expected from the scruples of the courts, are in a manner compelled, by the very motives of the injustice they meditate, to qualify their attempts. This is a circumstance calculated to have more influence upon the character of our governments, than but few may be aware of. The benefits of the integrity and moderation of the judiciary have already been felt in more States than one; and though they may have displeased those whose sinister expectations they may have disappointed, they must have commanded the esteem and applause of all the virtuous and disinterested. Considerate men, of every description, ought to prize whatever will tend to beget or fortify that temper in the courts: as no man can be sure that he may not be to- morrow the victim of a spirit of injustice, by which he may be a gainer to-day. And every man must now feel, that the inevitable tendency of such a spirit is to sap the foundations of public and private confidence, and to introduce in its stead universal distrust and distress.

That inflexible and uniform adherence to the rights of the Constitution, and of individuals, which we perceive to be indispensable in the courts of justice, can certainly not be expected from judges who hold their offices by a temporary commission. Periodical appointments, however regulated, or by whomsoever made, would, in some way or other, be fatal to their necessary independence. If the power of making them was committed either to the Executive or legislature, there would be danger of an improper complaisance to the branch which possessed it; if to both, there would be an unwillingness to hazard the displeasure of either; if to the people, or to persons chosen by them for the special purpose, there would be too great a disposition to consult popularity, to justify a reliance that nothing would be consulted but the Constitution and the laws.

There is yet a further and a weightier reason for the permanency of the judicial offices, which is deducible from the nature of the qualifications they require. It has been frequently remarked, with great propriety, that a voluminous code of laws is one of the inconveniences necessarily connected with the advantages of a free government. To avoid an arbitrary discretion in the courts, it is indispensable that they should be bound down by strict rules and precedents, which serve to define and point out their duty in every particular case that comes before them; and it will readily be conceived from the variety of controversies which grow out of the folly and wickedness of mankind, that the records of those precedents must unavoidably swell to a very considerable bulk, and must demand long and laborious study to acquire a competent knowledge of them. Hence it is, that there can be but few men in the society who will have sufficient skill in the laws to qualify them for the stations of judges. And making the proper deductions for the ordinary depravity of human nature, the number must be still smaller of those who unite the requisite integrity with the requisite knowledge. These considerations apprise us, that the government can have no great option between fit character; and that a temporary duration in office, which would naturally discourage such characters from quitting a lucrative line of practice to accept a seat on the bench, would have a tendency to throw the administration of justice into hands less able, and less well qualified, to conduct it with utility and dignity. In the present circumstances of this country, and in those in which it is likely to be for a long time to come, the disadvantages on this score would be greater than they may at first sight appear; but it must be confessed, that they are far inferior to those which present themselves under the other aspects of the subject.

Upon the whole, there can be no room to doubt that the convention acted wisely in copying from the models of those constitutions which have established GOOD BEHAVIOR as the tenure of their judicial offices, in point of duration; and that so far from being blamable on this account, their plan would have been inexcusably defective, if it had wanted this important feature of good government. The experience of Great Britain affords an illustrious comment on the excellence of the institution.

Publius

HÀNH PHÁP

FEDERALIST 67

Cơ Quan Hành Pháp

Alexander Hamilton

Thưa Đồng Bào Tiểu Bang New York,

Cuộc bàn luận tiếp theo của chúng ta phải dành cho cấu tạo bộ phận hành pháp trong chính quyền dự kiến.

Gần như không có bộ phận nào của hệ thống [1] khi thiết kế lại gặp nhiều khó khăn hơn bộ phận này; và có lẽ cũng không có bộ phận nào lại bị phản đối một cách ít chân thật và bị chỉ trích một cách thiếu suy nghĩ hơn.

Ở đây, những người phản đối bản Hiến Pháp [2] dường như đã cố sức trổ tài bóp méo vấn đề. Tinh quái ỷ vào tâm lý căm ghét chế độ quân chủ trong nhân dân, họ đã cố huy động tất cả các đố kỵ và sợ hãi của quần chúng để chống lại chức vụ Tổng Thống dự kiến của Hợp Chúng Quốc [3], họ coi không chỉ là phôi thai mà còn là hiện thân đầy đủ của ông vua đáng ghét. Để dựng ra sự giống nhau, họ đã chẳng từ lấy cả các chất liệu thuộc lĩnh vực hư cấu. Do vậy, các thẩm

1. Tức hệ thống chính quyền. Xem thêm FP 64 để hiểu rõ hơn ý của tác giả khi dùng chữ « hệ thống » (system) trong bối cảnh các FP.

2. Tức bản hiến pháp dự thảo.

3. "the United States", tức Hợp Chúng Quốc Hoa Kỳ.

quyền của một thống lãnh [4], rất ít khi lớn hơn và nhiều khi còn nhỏ hơn các thẩm quyền của thống đốc New York [5], đã bị phóng đại lớn hơn cả các đặc quyền quân vương. Chức vụ này đã và đang bị người ta tô vẽ với những vẻ quyền uy tối thượng về tinh thần và quyền lực ghê gớm như của một ông vua Đại Anh Quốc [6]. Tổng Thống đang bị người ta trưng ra cho chúng ta thấy với sự lấp lánh của vương miện và sắc tía uy nghi của vương bào. Ông [7] đã bị đặt trên một ngai vàng với quần thần và đám mĩ nữ vây quanh và đang ngạo nghễ nghe các sứ thần ngoại quốc tâu bày. Những cảnh độc đoán, trác táng của xứ châu Á khó có thể không cần để trang hoàng cho cái hoạt cảnh thêu dệt đó. Bởi bao lâu nay chúng ta đã được dạy phải biết kinh hãi bộ mặt gớm ghiếc của thích khách và phải đỏ mặt trước những bí mật bị lộ của một nhà thổ sắp khai trương [8].

Những hành động quá lố gây sai lạc hay, có thể nói là cố tình biến hóa vấn đề, khiến chúng ta cần phải xem lại chính xác bản chất và cấu trúc thực sự của bộ phận hành pháp: để xác định rõ dạng thức và cấu tạo đúng thực của bộ phận này, đồng thời lột tẩy sự dối trá và vạch ra những sai lạc trong các gán ghép đang được tuyên truyền hết sức ma mãnh, miệt mài.

Trong việc này ai cũng thấy rất khó để giữ được kiềm chế hay để xử lý nghiêm các thủ đoạn vừa quyết liệt vừa quỉ quyệt [9] đang cố

4. "magistrate", tức người đứng đầu hành pháp - tổng thống.

5. George Clinton - Thống Đốc New York đương nhiệm chính là tác giả (với bút danh Cato) của Lá thư số 5 của Cato phản bác bản hiến pháp dự thảo. Xem chú thích dưới đây của tác giả.

6. "Great Britain".

7. Đại từ giống đực "ông" (he) ở đây cho thấy sự thiên vị giới tính của Publius, cũng là thường tình ở đương thời.

8. Những hình ảnh nói đến ở đây có lẽ nhằm nói tới những hình ảnh, ghi chép nổi tiếng về đời sống xa hoa của các quân vương trong đế quốc Ottoman của người Thổ ở vùng Trung Á.

9. Tác giả viết với điệp âm rất hay "not less weak than wicked".

đánh lạc dư luận khỏi sự thật. Chúng đã vượt quá xa các khuôn khổ thông thường, dầu không thể chấp nhận, của thói mưu mẹo bè đảng khiến cho ngay cả những tâm tính bộc trực và từ tâm nhất cũng phải gạt các tình cảm khoan dung các đối thủ chính trị để cho cơn phẫn nộ bột phát nổ tung. Không thể nào không cảm thấy sự cố tình đánh tráo và lừa gạt trong quan điểm thô thiển cho rằng có sự giống nhau giữa một ông vua của Đại Anh và một viên chức có quyền lực được định rõ như của Tổng Thống Hợp Chúng Quốc. Càng không thể kìm được cảm giác đó trước các mưu toan liều lĩnh và trơ lỳ đang được dùng để phục vụ mưu đồ này.

Một ví dụ, tôi coi có tính đại diện cho tình trạng chung này, là người ta đã bất chấp tới mức dám gán cho Tổng Thống Hợp Chúng Quốc một thứ quyền đã được nói RÕ RÀNG là dành cho Hành Pháp các Tiểu Bang. Ý tôi đó là quyền bổ nhiệm các chỗ khuyết trong Thượng Viện.

Cái ý táo bạo vượt trên trí xét đoán của những đồng bào khác này là của một tác giả, bất kể đúng sai thực sự, đang nhận được sự tung hô vang dội từ bè đảng của ông ta (1), và là người, từ ý tưởng sai trái, vô cơ sở đó, vẫn đang tiếp tục đưa ra một loạt các nhận định cũng sai lầm, vô cơ sở. Bây giờ hãy để cho ông ta đối mặt với chứng lý của thực tế, và hãy để cho ông ta, nếu ông ta có thể, biện giải cho hoặc phải ăn năn vì sự chà đạp thô thiển lên các lý lẽ của sự thật và các nguyên tắc của đánh giá công bằng.

Khoản 2, Phần 2 của Điều 2 [10] trao Tổng Thống Hợp Chúng Quốc quyền "để cử và, sau khi được Thượng Viện xem xét và chuẩn thuận, sẽ bổ nhiệm các đại sứ, các tổng trưởng và tổng lãnh sự, các thẩm phán của Tối Cao Pháp Viện, và mọi VIÊN CHỨC khác của Hợp Chúng Quốc mà sự bổ nhiệm KHÔNG CÓ trong Hiến Pháp

10. Tức của hiến pháp dự thảo.

NGOẠI TRỪ SẼ ĐƯỢC QUI ĐỊNH BỞI LUẬT." Ngay sau khoản này là một khoản khác thế này: "Tổng Thống sẽ có quyền bổ nhiệm cho đầy TẤT CẢ CÁC CHỖ TRỐNG có thể xảy ra TRONG THỜI GIAN NGHỈ CỦA THƯỢNG VIỆN, bằng việc trao các ủy nhiệm sẽ MÃN NHIỆM VÀO LÚC KẾT THÚC PHIÊN HỌP TỚI CỦA THƯỢNG VIỆN." Chính phần cuối này cho thấy đây là nơi cái quyền giả tạo của Tổng Thống được bổ nhiệm các chỗ trống của Thượng Viện đã được người ta suy diễn ra. Nhưng chỉ cần để ý một chút tới sự liên kết giữa các điều khoản, và ý nghĩa rõ ràng của các câu chữ, là đủ cho chúng ta thấy sự suy diễn này không thể nào chấp nhận được.

Rõ ràng phần đầu tiên của hai khoản này chỉ đưa ra một cách bổ nhiệm những viên chức mà "sự bổ nhiệm của họ KHÔNG ĐƯỢC Hiến Pháp QUI ĐỊNH nhưng SẼ ĐƯỢC QUI ĐỊNH BỞI LUẬT"; đương nhiên không thể áp dụng cho việc bổ nhiệm các thượng nghị sỹ, những người có sự bổ nhiệm đã được QUI ĐỊNH trong Hiến Pháp (2) và được THIẾT LẬP BỞI HIẾN PHÁP, và sẽ không cần qui định của luật. Điểm này sẽ không cần tranh cãi nữa.

Phần cuối của hai khoản, cũng rõ ràng, không thể nào bị hiểu bao hàm quyền bổ nhiệm các chỗ trống trong Thượng Viện, bởi các lý do sau: Thứ nhất. Sự ràng buộc, giữa điều khoản này với điều đã nói về cách thức chung trong bổ nhiệm viên chức Hợp Chúng Quốc, cho thấy nó chỉ có tính bổ sung cho điều khoản kia để tạo thêm một cách bổ nhiệm phụ cho những trường hợp cách thức chung không phù hợp. Thẩm quyền bổ nhiệm cơ bản các viên chức đã được dành riêng cho Tổng Thống và Thượng Viện PHỐI HỢP cùng nhau, và, do đó, chỉ có thể thực hiện trong thời gian làm việc của Thượng Viện; nhưng sẽ không đúng đắn nếu bắt thực thể này phải liên tục làm việc vì mục đích bổ nhiệm viên chức và vì sự thiếu viên chức có thể xảy ra TRONG KỲ NGHỈ CỦA THƯỢNG VIỆN, và để cho các dịch vụ công được nhanh chóng tiếp tục, điều khoản tiếp theo đã đương nhiên phải cho phép Tổng thống, ĐƠN PHƯƠNG, thực hiện các bổ nhiệm lâm thời "trong thời gian nghỉ của Thượng Viện, bằng việc trao các ủy nhiệm sẽ MÃN NHIỆM VÀO LÚC KẾT THÚC PHIÊN HỌP TỚI CỦA THƯỢNG VIỆN." Thứ hai. Nếu khoản này được coi là bổ sung cho khoản trước, thì các CHỖ TRỐNG mà nó nói đến buộc phải được hiểu liên quan tới các "viên chức" được nói trong khoản trước; và điều này, như chúng ta đã nói, đã loại các thành viên Thượng Viện ra khỏi nội dung của nó. Thứ ba. Lúc mà quyền bổ nhiệm lâm thời này có hiệu lực, "trong kỳ nghỉ của Thượng Viện", và nhiệm hạn của những bổ nhiệm này, "cho tới lúc kết thúc phiên họp tới" của thực thể đó, đã nói rõ ý nghĩa của toàn bộ điều khoản, nếu như bao hàm các thượng nghị sỹ thì sẽ đương nhiên có ngụ ý đó là quyền bổ nhiệm lâm thời các chỗ trống trong kỳ nghỉ của các cơ quan lập pháp tại các Tiểu Bang [11], những người sẽ quyết định sự bổ nhiệm lâu dài, và không ngụ ý tới kỳ nghỉ của Thượng Viện quốc gia [12], những người chẳng có liên quan gì tới những sự bổ nhiệm này; và sẽ phải kéo dài nhiệm hạn của những thượng nghị sỹ [13] cho tới phiên họp tới của lập pháp tại Tiểu Bang nơi trước đó đã xảy ra thiếu đại diện [14], thay vì nhiệm hạn đó sẽ mãn vào lúc kết thúc phiên họp tới của Thượng Viện quốc gia. Nhưng đúng ra tình trạng của cái thực thể được phép quyết định bổ nhiệm lâu dài đương nhiên sẽ phải

11. Lưu ý là cả thượng viện và hạ viện tiểu bang.

12. "the national Senate" - thượng viện quốc gia. Vì lúc này các tiểu bang rất e ngại, khi hình thành liên hiệp, các quyền tự do của họ sẽ bị mất hoặc thuyên giảm, do đó các nhà lập hiến Mỹ đã tránh các từ ngữ có thể làm trầm trọng thêm quan ngại đó. Vì vậy trong hiến pháp Mỹ không hề có từ "dân tộc", "quốc gia" (nation, national) mà chỉ có từ "nhân dân" (we the people) và chính quyền liên bang (federal government). Nhưng các tác giả FP đã mạnh dạn dần dần dùng các từ như "chung" (general) "quốc gia" (national) để chỉ chính quyền và các cơ quan của quốc gia chung của 13 tiểu bang hợp lại.

13. Tức thượng nghị sỹ tiểu bang theo giả định đang nêu.

14. Nghĩa là thiếu đại diện tại thượng viện.

quyết định mọi thay đổi trong cái thẩm quyền bổ nhiệm lâm thời; và do Thượng Viện quốc gia là thực thể duy nhất được nói đến trong điều khoản đã đưa tới cái ý tưởng đang được xem xét, thì những chỗ trống mà nó ngụ ý đến chỉ có thể là các viên chức có sự bổ nhiệm được quyết định bởi thực thể đó phối hợp với Tổng Thống mà thôi. Tuy nhiên, cuối cùng, Khoản một và hai của Phần ba trong Điều một [15] không những chỉ dùng để đề phòng mọi sự do dự có thể mà còn để triệt tiêu sự cố tình hiểu lầm. Khoản một đó chỉ rằng "Thượng Viện của Hợp Chúng Quốc sẽ gồm hai Thượng Nghị Sỹ từ mỗi Tiểu Bang, được chọn BỞI CƠ QUAN LẬP PHÁP TỪ NƠI ĐÓ cho sáu năm"; và Khoản hai đó định rằng "nếu các chỗ trống trong thực thể đó xảy ra do từ nhiệm hoặc do lý do khác, TRONG KỲ NGHỈ CỦA CƠ QUAN LẬP PHÁP CỦA BẤT CỨ MỘT TIỂU BANG NÀO, thì Hành Pháp NƠI ĐÓ có thể bổ nhiệm lâm thời cho tới CUỘC HỌP TỚI CỦA LẬP PHÁP, nơi sẽ quyết định bổ nhiệm lấp đầy các chỗ trống đó." Với các chữ rõ ràng, bất phân vân như thế, đó chính là một quyền đặc biệt dành cho các Hành Pháp các Tiểu Bang được bổ nhiệm lấp kín các chỗ trống thông thường trong Thượng Viện với nhiệm hạn lâm thời; và chính điều này không chỉ bác bỏ suy luận cho rằng điều khoản đang xem xét trao cho Tổng Thống Hợp Chúng Quốc quyền lực đó mà còn chứng tỏ rằng suy diễn hoàn toàn thiếu lý tính này hẳn phải được sinh ra từ một kế hoạch lừa dối nhân dân, nhưng quá lộ liễu để có thể che đậy bằng ngụy biện và quá nhẫn tâm để có thể thuyên giảm bằng giả nhân giả nghĩa.

Tôi vừa hết sức cố gắng để chỉ ra một trường hợp bóp méo vấn đề và đưa nó ra trước ánh sáng giữa ban ngày để làm một bằng chứng không thể phủ nhận của các xảo kế vô lương đang được dùng để chống lại các đánh giá thành thực và khách quan về những giá trị đích thực của bản Hiến Pháp đang được trưng cầu ý dân. Tôi cũng

15. Tức của hiến pháp dự thảo.

đã không ngần ngại, trong trường hợp quá trắng trợn như thế, tự cho phép bày tỏ nỗi căm giận gay gắt không hợp với tinh thần chung của các bài viết này. Giờ tôi xin nhường lại cho tất cả những ai công tâm và ngay thật đang phản đối mô hình chính quyền dự kiến quyết định xem liệu ngôn ngữ có thể cho phép dùng những tính ngữ quá bất nhã cho một hành động hết sức vô sỉ, hết sức đồi bại đang nhằm vào các công dân Mỹ không.

(1) Xem CATO No. V. [16]

(2) Điều I, Phần 3, Khoản 1, Hiến pháp dự thảo.

Publius

(Bài này xuất bản lần đầu trên báo *The New York Packet* ngày 11 tháng Ba 1788, trên *The Independent Journal* ngày 12 tháng Ba 1788. Bài này đánh số 67 trong sách của Nhà McLean, số 66 khi in trên các báo vừa nói.)

---

16. Đây là một bài viết của nhóm Anti-federalist (chống bản Hiến Pháp) xuất bản trên *The New York Journal* ngày 22 tháng Mười một 1787 (tức chỉ 2 tháng sau khi Hội nghị Philadelphia kết thúc). Tác giả bài viết này có bút danh là CATO, được cho chính là George Clinton Thống đốc đương nhiệm New York, người sau này còn giữ chức vụ Phó Tổng Thống trong thời gian 1805-1812 dưới thời Tổng Thống Thomas Jefferson và James Madison, đều là những đối thủ chính trị của Alexander Hamilton.

FEDERALIST No. 67

To the People of the State of New York :

THE constitution of the executive department of the proposed government, claims next our attention.

There is hardly any part of the system which could have been atten ed with greater difficulty in the arrangement of it than this; and there is, perhaps, none which has been inveighed against with less candor or criticised with less judgment.

Here the writers against the Constitution seem to have taken pains to signalize their talent of misrepresentation. Calculating upon the aversion of the people to monarchy, they have endeavored to enlist all their jealousies and apprehensions in opposition to the intended President of the United States; not merely as the embryo, but as the full-grown progeny, of that detested parent. To establish the pretended affinity, they have not scrupled to draw resources even from the regions of fiction. The authorities of a magistrate, in few instances greater, in some instances less, than those of a governor of New York, have been magnified into more than royal prerogatives. He has been decorated with attributes superior in dignity and splendor to those of a king of Great Britain. He has been shown to us with the diadem sparkling on his brow and the imperial purple flowing in his train. He has been seated on a throne surrounded with minions and mistresses, giving audience to the envoys of foreign potentates, in all the supercilious pomp of majesty. The images of Asiatic despotism and voluptuousness have scarcely been wanting to crown the exaggerated scene. We have been taught to tremble at the terrific visages of murdering janizaries, and to blush at the unveiled mysteries of a future seraglio.

Attempts so extravagant as these to disfigure or, it might rather be said, to metamorphose the object, render it necessary to take an accurate view of its real nature and form: in order as well to ascertain its true aspect and genuine appearance, as to unmask the disingenuity and expose the fallacy of the counterfeit resemblances which have been so insidiously, as well as industriously, propagated.

In the execution of this task, there is no man who would not find it an arduous effort either to behold with moderation, or to treat with seriousness, the devices, not less weak than wicked, which have been contrived to pervert the public opinion in relation to the subject. They so far exceed the usual though unjustifiable licenses of party artifice, that even in a disposition the most candid and tolerant, they must force the sentiments which favor an indulgent construction of the conduct of political adversaries to give place to a voluntary and unreserved indignation. It is impossible not to bestow the imputation of deliberate imposture and deception upon the gross pretense of a similitude between a king of Great Britain and a magistrate of the character marked out for that of the President of the United States. It is still more impossible to withhold that imputation from the rash and barefaced expedients which have been employed to give success to the attempted imposition.

In one instance, which I cite as a sample of the general spirit, the temerity has proceeded so far as to ascribe to the President of the United States a power which by the instrument reported is EXPRESSLY allotted to the Executives of the individual States. I mean the power of filling casual vacancies in the Senate.

This bold experiment upon the discernment of his countrymen has been hazarded by a writer who (whatever may be his real merit) has had no inconsiderable share in the applauses of his party [1]; and who, upon this false and unfounded suggestion, has built a series of observations equally false and unfounded. Let him now be confronted with the evidence of the fact, and let him, if he be able, justify or extenuate the shameful outrage he has offered to the dictates of truth and to the rules of fair dealing.

The second clause of the second section of the second article empowers the President of the United States «to nominate, and by and with the advice and consent of the Senate, to appoint ambassadors, other public ministers and consuls, judges of the Supreme Court, and all other OFFICERS of United States whose appointments are NOT in the Constitution OTHERWISE PROVIDED FOR, and WHICH SHALL BE ESTABLISHED BY LAW.» Immediately after this clause follows another in these words: «The President shall have power to fill up ALL VACANCIES that may happen DURING THE RECESS OF THE SENATE, by granting commissions which shall EXPIRE AT THE END OF THEIR NEXT SESSION.» It is from this last provision that the pretended power of the President to fill vacancies in the Senate has been deduced. A slight attention to the connection of the clauses, and to the obvious meaning of the terms, will satisfy us that the deduction is not even colorable.

The first of these two clauses, it is clear, only provides a mode for appointing such officers, «whose appointments are NOT OTHERWISE PROVIDED FOR in the Constitution, and which SHALL BE ESTABLISHED BY LAW»; of course it cannot extend to the appointments of senators, whose appointments are OTHERWISE PROVIDED FOR in the Constitution [2], and who are ESTABLISHED BY THE CONSTITUTION, and will not require a

1. See CATO, No. V.

2. Article I, section 3, clause I.

future establishment by law. This position will hardly be contested.

The last of these two clauses, it is equally clear, cannot be understood to comprehend the power of filling vacancies in the Senate, for the following reasons: First. The relation in which that clause stands to the other, which declares the general mode of appointing officers of the United States, denotes it to be nothing more than a supplement to the other, for the purpose of establishing an auxiliary method of appointment, in cases to which the general method was inadequate. The ordinary power of appointment is confined to the President and Senate JOINTLY, and can therefore only be exercised during the session of the Senate; but as it would have been improper to oblige this body to be continually in session for the appointment of officers and as vacancies might happen IN THEIR RECESS, which it might be necessary for the public service to fill without delay, the succeeding clause is evidently intended to authorize the President, SINGLY, to make temporary appointments «during the recess of the Senate, by granting commissions which shall expire at the end of their next session.» Secondly. If this clause is to be considered as supplementary to the one which precedes, the VACANCIES of which it speaks must be construed to relate to the «officers» described in the preceding one; and this, we have seen, excludes from its description the members of the Senate. Thirdly. The time within which the power is to operate, «during the recess of the Senate,» and the duration of the appointments, «to the end of the next session» of that body, conspire to elucidate the sense of the provision, which, if it had been intended to comprehend senators, would naturally have referred the temporary power of filling vacancies to the recess of the State legislatures, who are to make the permanent appointments, and not to the recess of the national Senate, who are to have no concern in those appointments; and would have extended the duration in office of the temporary senators to the next session of the legislature of the State, in whose representation the vacancies had happened, instead of making it to expire at the end of the ensuing session of the national Senate. The circumstances of the body authorized to make the permanent appointments would, of course, have governed the modification of a power which related to the temporary appointments; and as the national Senate is the body, whose situation is alone contemplated in the clause upon which the suggestion under examination has been founded, the vacancies to which it alludes can only be deemed to respect those officers in whose appointment that body has a concurrent agency with the President. But lastly, the first and second clauses of the third section of the first article, not only obviate all possibility of doubt, but destroy the pretext of misconception. The former provides, that «the Senate of the United States shall be composed of two Senators from each State, chosen BY THE LEGISLATURE THEREOF for six years»; and the latter directs, that, «if vacancies in that body should happen by resignation or otherwise, DURING THE RECESS OF THE LEGISLATURE OF ANY STATE, the Executive THEREOF may make temporary appointments until the NEXT MEETING OF THE LEGISLATURE, which shall then fill such vacancies.» Here is an express power given, in clear and unambiguous terms, to the State Executives, to fill casual vacancies in the Senate, by temporary appointments; which not only invalidates the supposition, that the clause before considered could have been intended to confer that power upon the President of the United States, but proves that this supposition, destitute as it is even of the merit of plausibility, must have originated in an intention to deceive the people, too palpable to be obscured by sophistry, too atrocious to be palliated by hypocrisy.

I have taken the pains to select this instance of misrepresentation, and to place it in a clear and strong light, as an unequivocal proof of the unwarrantable arts which are practiced to prevent a fair and impartial judgment of the real merits of the Constitution submitted to the consideration of the people. Nor have I scrupled, in so flagrant a case, to allow myself a severity of animadversion little congenial with the general spirit of these papers. I hesitate not to submit it to the decision of any candid and honest adversary of the proposed government, whether language can furnish epithets of too much asperity, for so shameless and so prostitute an attempt to impose on the citizens of America.

Publius

FEDERALIST 70

Bộ Phận Hành Pháp (xét thêm)

Alexander Hamilton

Thưa Đồng Bào Tiểu Bang New York,

CÓ một quan điểm, không phải không có người ủng hộ, là một Hành Pháp uy lực không thích hợp với thiên tính bảo vệ của chính thể cộng hòa. Những người ủng hộ sáng suốt của loại chính thể này ít nhất hy vọng rằng giả định này thiếu cơ sở; vì họ không thể nào đồng ý với nó mà lại không phải bác đi các nguyên tắc của chính họ. Sung lực của Hành Pháp là một đặc tính dẫn đạo khi xây dựng một chính quyền tốt. Nó là yếu tố cơ bản để bảo vệ cộng đồng trước các tấn công của ngoại bang; cũng không kém quan trọng hơn cho việc duy trì sự ổn định của pháp luật; cho bảo vệ quyền sở hữu chống lại các câu kết bất thường và cao tay có thể phá vỡ hàng rào công lý thông thường; cho an ninh của tự do chống lại các âm mưu, xâm hấn xuất phát từ lòng tham, bè phái, và sự coi thường luật lệ. Tất cả những ai đã biết ít nhiều về lịch sử La Mã đều biết nước cộng hòa này đã bao lần phải tránh nạn trong quyền lực tuyệt đối của một người, với danh vị hãi hùng nhà Độc Tài, để vừa có thể chống trả các mưu toan của những kẻ mưu dựng bạo quyền và các mầm loạn có trong mọi giai tầng của cộng đồng luôn đe dọa mọi chính quyền, vừa để chống các cuộc xâm lăng của kẻ thù bên ngoài muốn chiếm đoạt và tàn phá thành Rome.

Tuy nhiên, không cần phải đưa thêm lý luận hay ví dụ về vấn đề này. Một Hành Pháp yếu ớt là đồng nghĩa với sự thực thi yếu ớt của chính quyền. Thực thi yếu ớt chỉ là cách nói khác cho thực thi tồi; và một chính quyền ốm yếu, dù lý thuyết gọi là gì, chắc chắn trên thực tế là một chính quyền tồi. [1]

Do đó, lẽ thường là tất cả những người hiểu biết đều sẽ đồng ý với sự cần thiết phải có một Hành Pháp sung lực, vấn đề còn lại chỉ là phải tìm hiểu những thành phần nào sẽ tạo nên sung lực này? Chúng sẽ phối hợp chặt chẽ tới mức nào với các thành phần đảm bảo an ninh cho bản chất cộng hòa? Bản dự thảo do Hội Nghị [2] đề xuất đã áp dụng sự phối hợp này ra sao?

Các thành phần tạo thành sung lực cho Hành Pháp là, thứ nhất, tính đơn nhất; thứ hai, tính lâu dài; thứ ba, sự hỗ trợ đầy đủ; thứ tư, các thẩm quyền mạnh.

Các yếu tố đảm bảo an ninh cho bản chất cộng hòa là, thứ nhất, sự lệ thuộc đúng đắn vào nhân dân, thứ hai, tính trách nhiệm thích đáng.

Những chính trị gia và các lãnh đạo tại các tiểu bang đang được đánh giá cao nhất về đức hạnh và công bằng đều đang lên tiếng ủng hộ cho loại Hành Pháp duy nhất một người và lập pháp đông đảo. Hết sức đúng đắn, họ coi sung lực là điều kiện cần thiết nhất cho bộ phận trước, và điều này nên nằm trong tay một người, trong khi họ đánh giá, cũng với sự đúng đắn tương tự, mô hình sau là dạng thích hợp nhất cho những việc phải suy tính và cần sáng suốt, và là lựa chọn tốt nhất để phụng sự niềm tin của dân đồng thời bảo đảm các

1. Điểm này ngụ ý nhấn mạnh vào sự bất lực của chính quyền Mỹ đương thời trước các đòi hỏi đặt ra sau khi 13 thuộc địa giành được độc lập từ Anh. Ở đây nhấn mạnh vào việc làm cho chính quyền phải có đủ sức mạnh để quản trị xã hội - là vấn đề đối ngược với nhu cầu kiềm chế sự lạm dụng quyền lực của chính quyền. A.A.

2. Tức bản hiến pháp dự thảo của hội nghị tại Philadelphia từ tháng Năm đến tháng Chín năm 1787.

đặc quyền và quyền lợi của nhân dân được thực hiện.

Tính đơn nhất đó tạo ra sung lực là điều không còn bàn cãi. Quyết đoán, năng động, kín đáo và khẩn trương sẽ luôn là các đặc tính chính yếu trong các hành động của một người với mức độ lớn hơn rất nhiều so với mọi tập hợp người; và khi số người càng tăng các phẩm tính này sẽ càng hao hụt.

Nhưng, tính đơn nhất này có thể bị phá hủy theo hai cách: hoặc bằng sự phân quyền cho hai, hoặc nhiều hơn hai viên chức bằng nhau về uy tín và thẩm quyền; hoặc bằng sự trao quyền bề ngoài cho một người nhưng ông ta [3] phải lệ thuộc, hoàn toàn hoặc một phần, vào sự kiểm soát và hợp tác của một số người khác với tư cách là những người cố vấn cho ông ta. Về cách thứ nhất, hai ông Quan chấp chính Consul [4] của La Mã có thể là đại diện điển hình; cách thứ hai, chúng ta sẽ gặp trong hiến pháp của nhiều Tiểu Bang. New York và New Jersey, nếu tôi nhớ chính xác, là các Tiểu Bang duy nhất đang trao quyền hành pháp hoàn toàn cho một người (1). Hai cách phá hủy tính đơn nhất của Hành Pháp này đều có người ủng hộ; nhưng nhiều nhất là những người mê mẩn dạng hành pháp hội đồng. Cả hai cách này đều đang bị nhiều phản đối tương tự nhau, nếu không phải giống nhau, và chúng ta có thể làm rõ hai cách này cùng nhau.

Kinh nghiệm các nước cho rất ít thông tin về vấn đề này. Tuy nhiên, điều lớn nhất chúng ta có thể biết là không nên mê mẩn sự

3. Đại từ "ông ta" (him) ở đây cho thấy sự phân biệt nam-nữ thịnh hành trong xã hội đương thời.

4. Consul là tên gọi của hai chức vụ hành pháp của nước Cộng Hòa La Mã cổ đại (509-27 Tr.CN). Hai Consul này thay mặt quân vương thực hiện hầu hết các công việc điều hành chính quyền. Ban đầu, cả hai Consul đều được bầu từ tầng lớp quí tộc (patricians). Nhưng kể từ năm 367 Tr.CN trở đi, một Consul được bầu từ tầng lớp bình dân (plebeians). Dưới Đế Quốc La Mã, hai chức vụ Consul vẫn được duy trì nhưng quyền lực chỉ còn trong lĩnh vực tài phán và lễ nghi. Hai chức vụ này bị loại bỏ kể từ thế kỷ VI.

đa nguyên [5] trong Hành Pháp. Chúng ta vẫn thấy là người Achaea [6] trong một lần thử dùng mô hình hai quan hành pháp Praetor [7], họ đã phải bỏ đi một. Lịch sử La Mã còn ghi rằng nước cộng hòa đã phải chịu nhiều bấn loạn vì các cãi vã giữa các Consul, và cả giữa các Quan Hộ Dân về quân sự Tribune [8] - những người thi thoảng thay thế Consul. Nhưng sử liệu này không cho thấy một dấu vết ích lợi đặc biệt nào cho nhà nước từ tình trạng đa nguyên gồm nhiều lãnh đạo hành pháp như thế. Sẽ đáng kinh ngạc khi các cãi vã giữa họ đã không xảy ra nhiều hơn và không gây ra đổ vỡ nếu chúng ta không khám phá ra một chức vụ đã gần như liên tục kiểm soát nước cộng hòa, và một chính sách khôn ngoan, do hoàn cảnh đưa đẩy, được các Consul thực hiện là phân chia chính quyền thành nhiều bộ phận khác nhau. Các patrician [9] đã liên tục kình địch với các plebeian [10] để giữ lại các uy quyền và danh tín cổ xưa của họ; các Consul, những người được chọn từ tập hợp trước, thường đồng lòng với nhau qua các lợi hại cá nhân họ cùng có trong việc bảo vệ các đặc quyền cho

5. "plurality".

6. Người thuộc vùng Achaea của Hy Lạp cổ đại. Người Achaea tác giả nói đến ở đây có lẽ thuộc tập hợp 12 thành phố cổ Hy Lạp, gọi là Liên Đoàn Achaea Đệ Nhị (the Second Achaean League), được thiết lập vào thế kỷ III trước Công nguyên, đây được coi là một trong những nước cộng hòa liên bang phát triển hoàn bị nhất trong thời cổ đại. Chính quyền trung ương (liên bang) gồm một quan hành pháp mạnh, một nghị hội (lập pháp) thiết lập qua bầu cử và một hội đồng gồm 10 thành viên phối hợp với quan hành pháp trong các quân sự vụ và hành chính.

7. Praetor là danh vị của chức vụ hành pháp cao nhất của Liên Đoàn Achaea vừa nói. Lưu ý không nên nhầm Praetor này với Praetor của La Mã - danh vị dành cho hai Consul. Praetor của Achaea ngoài quyền hành pháp còn có độc quyền đề xuất dự luật trước nghị hội lập pháp.

8. "military Tribunes". Tribune là chức vụ trong chính quyền của nước Cộng Hòa La Mã cổ đại. Tribune được thiết lập nhằm bảo vệ lợi quyền của tầng lớp bình dân (plebeian) trước các xâm hấn, đàn áp của tầng lớp quí tộc (patrician), thượng lưu (noble) và bảo vệ tự do cho họ khỏi bị Senate (thượng viện) và các Consul lạm dụng. Tribune do tầng lớp bình dân bầu ra, ban đầu có 2 Tribune, sau nâng lên 10.

9. Xem chú thích ở trên.

10. Xem chú thích ở trên.

tập hợp của họ. Bên cạnh động cơ liên kết này, sau khi vũ khí của nước cộng hòa đã giúp lãnh thổ đế chế bành trướng đáng kể, một tập quán đã được hình thành là các Consul chia việc quản trị giữa họ với nhau bằng cách bốc thăm, một người ở lại Rome để trị vì thành đô và các vùng phụ cận, còn người kia sẽ đi quản trị các vùng xa xôi hơn. Sáng kiến này, chẳng còn nghi ngờ, đã có tác động rất lớn trong việc ngăn ngừa các va chạm và kình địch - những thứ, nếu khác đi, có thể đã hủy mất sự yên bình của nước cộng hòa.

Song, nếu bỏ qua ánh sáng nhập nhòa của các nghiên cứu lịch sử và chỉ chú tâm vào các xác quyết của lý trí và lương thức, chúng ta sẽ thấy lý do bác bỏ lớn hơn rất nhiều lý do chấp thuận quan điểm đa nguyên trong Hành Pháp dù ở dạng nào.

Mỗi khi có hai hoặc nhiều người hơn cùng làm một công việc hoặc mục đích chung, sẽ luôn có nguy hiểm của khác biệt quan điểm. Nếu đó là một tín nhiệm hoặc một chức vụ công và họ lại được trao uy tín và thẩm quyền bằng nhau thì sẽ có mối nguy hiểm đặc biệt của sự kình tranh hơn thua, thậm chí thù địch cá nhân. Cả hai điều này, hoặc càng chắc nếu lại là cả hai, có khả năng gây ra các bất đồng gay gắt nhất. Khi xảy ra, chúng sẽ làm sút giảm sự tôn trọng, hạ thấp uy quyền, và gây xao lãng mọi kế hoạch, công việc của những người liên quan. Nếu không may đó lại là công việc hành pháp tối cao quốc gia theo mô hình đa nguyên, chúng sẽ cản trở và làm hỏng các kế hoạch quan trọng nhất của chính quyền trong những tình trạng khẩn cấp nguy kịch nhất của đất nước. Xấu hơn, chúng còn có thể phân rã cộng đồng thành các bè đảng hung tợn, bất hòa hợp gay gắt nhất tùy theo các nhân vật khác nhau nằm trong hành pháp.

Người ta thường chống lại một việc, hoặc chỉ vì họ đã không tham dự, hoặc vì việc đó đã được làm bởi những người họ không thích. Nhưng nếu họ được tham vấn, và chẳng may họ không tán thành thì sự chống đối, theo họ, sẽ phải là bổn phận tất yếu của lòng tự ái [11]. Dường như họ cho rằng danh dự của họ nằm trong việc phải đánh đổ thành quả của những thứ đã được làm trái với ý muốn của họ và phải làm bằng được điều này với tất cả thôi thúc của ý nghĩ bản thân bất khả sai lầm. Những người ngay thẳng, từ tâm đã phải hãi hùng chứng kiến quá nhiều lần cái bản tính này được thực hiện với sự quyết liệt ghê gớm, và đã bao lần nhìn thấy những lợi quyền to lớn của xã hội phải hy sinh cho những phù phiếm, tự phụ, và ngoan cố của những cá nhân có tiếng tăm khiến các tham vọng, ý tưởng thất thường của họ trở nên hấp dẫn. Có lẽ, về hệ lụy, vấn đề này đã cho công luận thấy các dấu hiệu u ám của sự yếu kém đáng lên án, hay đúng hơn của sự đồi bại đáng bác bỏ trong tính cách nhân loại.

Dựa trên các nguyên lý của chính thể tự do, những phiền toái từ nguồn gốc vừa nói buộc phải được chấp nhận trong việc tạo dựng cơ quan lập pháp; nhưng là không cần thiết, và do đó không khôn ngoan, nếu lại đưa chúng vào trong cấu tạo Hành Pháp. Đối với Hành Pháp, chúng còn có thể trở thành nhân tố nguy hại nhất. Trong lập pháp, sự khẩn trương khi quyết định thường là một đe dọa hơn là một ích lợi. Các khác biệt về quan điểm, và các xung đột bè đảng trong bộ phận này của chính quyền, mặc dù có lúc làm tắc nghẽn các kế hoạch lành mạnh, thường khích lệ các suy tư và sự thận trọng, và có tác dụng ngăn ngừa những quá đà của đa số. Một khi quyết nghị được thông qua, sự chống đối phải kết thúc. Vì quyết nghị là luật, nên sự chống lại có thể bị trừng phạt. Nhưng hoàn toàn không có yếu tố thuận lợi nào để thuyên giảm hoặc sửa chữa các tác hại của bất đồng trong bộ phận hành pháp. Ở đây, các bất đồng được tự do, và bất kiềm chế. Hoàn toàn không có giới hạn để chúng dừng lại. Chúng sẽ gây khó khăn và làm suy yếu việc thực hiện mọi kế hoạch

11. Ý tưởng này trùng với những suy tư về bản thể con người của David Hume (1711-1776), ví dụ trong *Of the origin of government*; *Of self-love*.

hoặc biện pháp liên quan, từ bước đầu tới bước cuối. Chúng thường trực chống lại các phẩm tính tối cần giúp Hành Pháp vững vàng, mạnh mẽ, khẩn trương nhưng lại không mang tới một đối trọng tốt đẹp nào. Khi lâm chiến, lúc sung lực của Hành Pháp là thành trì cho an ninh quốc gia, người ta mới kinh hãi tất cả những hệ lụy đến từ sự đa nguyên của Hành Pháp.

Cần phải thừa nhận rằng tất cả những nhận định này cơ bản đúng với trường hợp đầu tiên với mô hình hành pháp có đa thành viên bình đẳng về thẩm quyền và uy tín: kế hoạch mà những người ủng hộ dường như không muốn tạo ra một nhóm rất nhiều người; nhưng chúng cũng đúng, dầu không bằng, nhưng cũng khá mạnh với mô hình hội đồng mà sự đồng thuận của nó luôn là điều kiện hiến định bắt buộc cho mọi vận hành của bộ phận được gọi là Hành Pháp. Nhưng một vài người tinh ranh trong hội đồng là đủ làm sao lãng và bại hoại toàn bộ hệ thống hành pháp. Nếu không có nhóm nào như thế, riêng sự đa dạng về quan điểm, ý kiến cũng sẽ đủ làm quyền lực hành pháp phải tê liệt trong một tinh thần thường xuyên yếu ớt và trễ nải.

Nhưng một trong những lý do mạnh nhất chống lại sự đa nguyên trong Hành Pháp, cả mô hình sau và trước, là mô hình này có thiên hướng che giấu sai lầm và phá hủy trách nhiệm. Trách nhiệm thuộc hai loại, một để chỉ trích và hai để trừng phạt. Loại một quan trọng hơn cả, đặc biệt đối với chức vụ dân cử. Người được trao tín nhiệm công rất thường có hành động làm cho ông ta mất tín nhiệm hơn là hành động làm ông ta đối mặt trừng phạt về pháp lý. Nhưng sự tăng số lượng người trong Hành Pháp sẽ làm tăng khó khăn cho việc dò tìm sai phạm trong cả hai trường hợp. Trong các sai phạm chung, thường không thể xác định ai là kẻ phải chịu chỉ trích hoặc trừng phạt cho một hoặc nhiều chính sách tồi. Trách nhiệm sẽ được chuyển hết sức khéo léo từ người này sang người kia, và với các bộ dạng hợp lý như thế, dư luận không thể tìm được tác giả thực sự. Các chi tiết đã đưa tới sai lầm hoặc tai họa cho quốc gia đôi khi hết sức phức tạp, giả như trong đó có một số người đã can dự ở những mức độ khác nhau và với các tính chất khác nhau, nhưng dù chúng ta có thể biết rõ, về tổng thể, là có một sự điều hành sai lạc, chúng ta không thể tuyên bố ai sẽ phải lĩnh trách nhiệm thực sự cho việc tồi tệ đã xảy ra.

"Tôi đã phải chịu quyết định của cả hội đồng. Hội đồng quá khác nhau về quan điểm nên không thể có giải pháp tốt hơn cho vấn đề này." Những lý cớ như thế và tương tự như thế luôn luôn sẵn có, dù thật hay giả. Ai dám nhận lấy rắc rối hoặc chuốc lấy thù oán để xăm soi vào các bí mật của sự vụ? Sẽ tìm được một công dân đủ nhiệt huyết dám nhận cái công việc mờ mịt đó không nếu như các bên liên đới cùng đồng lõa để dễ bề reo rắc mập mờ lên mọi chi tiết, làm cho không thể rõ các bên đã thực sự hành xử ra sao?

Ngay trong ví dụ ông thống đốc của Tiểu Bang này [12] phải phối hợp với một hội đồng trong việc bổ nhiệm viên chức, chúng ta cũng thấy rất nhiều rắc rối dưới nhãn quan đang xét. Các vụ bổ nhiệm đầy tai tiếng đã xảy ra cho các chức vụ quan trọng. Thực tế có những trường hợp TẤT CẢ CÁC BÊN còn trắng trợn đồng lõa với sai trái. Khi có điều tra thì thống đốc đổ trách nhiệm lên các thành viên hội đồng, những người này, đến lượt, lại qui trách nhiệm cho sự đề cử của ông ta; trong khi nhân dân vẫn hoàn toàn bất lực trong việc xác định ai đã làm cho các lợi quyền của họ bị trao vào tay những kẻ rất thiếu năng lực và rõ ràng không thích hợp. Do sự tế nhị cho cá nhân, tôi xin không đi vào chi tiết.

Những nhận định vừa nêu cho thấy rõ sự đa nguyên của Hành Pháp có khuynh hướng tước của nhân dân hai công cụ an ninh quan

12. Tức New York.

trọng nhất có thể đảm bảo cho mọi quyền lực họ ủy thác được thực thi một cách trung thành [13], thứ nhất, các kiểm soát của dư luận đang mất hiệu lực, vừa do sự kiểm duyệt các chính sách tồi phải bổ cho nhiều người vừa do sự thiếu rõ ràng của người phải chịu kiểm duyệt; và, thứ hai, dư luận mất cơ hội phát hiện nhanh chóng và chính xác hành vi sai trái của những người được họ tín nhiệm nhằm phế truất họ khỏi chức vụ hoặc trừng phạt họ như vụ việc đòi hỏi.

Ở Anh, vua là một viên chức muôn năm; đây là một cách ngôn nhằm vào sự bình yên của cộng đồng, cho rằng ông ta không thể bị ràng buộc trách nhiệm với sự quản trị của ông, và thân thể của ông ta là thiêng liêng. Do đó, chẳng có gì có thể khôn ngoan hơn cho vương quốc đó bằng việc buộc vua vào một hội đồng hiến pháp, những người có thể phải chịu trách nhiệm trước quốc gia cho những ý kiến họ đã đưa ra. Thiếu điều này, sẽ hoàn toàn không có một trách nhiệm nào trong bộ phận hành pháp - ý tưởng không thể chấp nhận trong một chính thể tự do. Nhưng vua cũng không bị ràng buộc bởi các quyết nghị từ hội đồng của ông ta, cho dầu hội đồng có thể được vua hỏi đáp về các khuyến nghị. Ông ta là ông chủ tuyệt đối trong mọi hành xử của bản thân trong việc thực thi chức vụ của ông ta, và ông ta có thể độc đoán chấp nhận hay bác bỏ mọi khuyến nghị gửi tới ông ta.

Nhưng trong một nước cộng hòa, khi mọi viên chức phải chịu trách nhiệm riêng cá nhân cho hành vi của họ trong thực thi phận sự, lý do mà Hiến Pháp Anh lấy làm nền tảng cho sự đúng đắn của một hội đồng không chỉ chấm dứt mà nó còn quay ra chống lại chính thiết chế này [14]. Trong chế độ quân chủ trị Đại Anh, hội đồng

13. "trung thành" ở đây là trung thành với nhân dân - người ủy nhiệm quyền lực cho các viên chức. Khác với những cái gọi là "trung thành" trong các chế độ cộng sản - là "trung thành" với đảng và bọn cầm quyền.

14. Tức thiết chế hành pháp.

tạo ra một sự thế mạng cho trách nhiệm bị cấm của viên trưởng hành pháp, trong một chừng mực nào đó nó có chức năng làm con tin cho công lý quốc gia để đảm bảo ông ta phải hành xử tốt. Nhưng trong nước cộng hòa Mỹ, một hội đồng sẽ phá hủy, hoặc làm tổn hại trầm trọng trách nhiệm đã định và buộc phải có của chính viên chức Trưởng Hành Pháp.

Ý tưởng về hội đồng áp dụng cho Hành Pháp, điều đang được chấp nhận quá nhiều trong hiến pháp các Tiểu Bang, được lấy từ cách ngôn về sự đố kỵ cộng hòa [15] coi quyền lực sẽ an toàn hơn khi giao vào tay nhiều người thay vì một người duy nhất. Nếu cách ngôn này được đồng ý cho áp dụng ở đây, tôi cần phải nói rằng lợi ích đó sẽ không đối trọng được các bất lợi quá nhiều ở phía ngược lại. Tôi còn nghĩ rằng nguyên lý này hoàn toàn không thích hợp cho quyền lực hành pháp. Ở điểm này, tôi rất đồng ý với quan điểm của một tác giả mà Junius [16] vang tiếng đã coi là người "sâu sắc, chắc chắn và tinh tường," rằng "quyền lực hành pháp sẽ dễ dàng khống chế hơn khi chỉ có MỘT" [17] (2); sẽ an toàn hơn rất nhiều khi chỉ có duy nhất một đối tượng để nhân dân soi xét và theo rõi; và, ngắn gọn, rằng tất cả mọi gia tăng số lượng trong Hành Pháp đều mang lại nhiều nguy hiểm hơn an bình cho tự do.

Một chút suy xét nữa sẽ làm chúng ta hài lòng, là mô hình Hành

15. Tức quan điểm cho rằng chính thể cộng hòa (republicanism) là chính thể nhằm tu chỉnh chính thể quân chủ bằng cách phải trao quyền quản trị xã hội cho nhiều người và những người này phải do dân bầu ra cho một thời gian nhất định (nhiệm kỳ có hạn). Xem thêm FP 10, 51.

16. Junius là bút danh của một loạt những lá thư xuất hiện trong khoảng tháng Một 1769 - tháng Một 1772 trên tờ *The Public Advertiser* tại London. Các lá thư này nhằm công kích một số chính trị gia đương thời của Anh và cách cầm quyền của Vua George III. Năm 1872 một tác giả vô danh đã xuất bản một tác phẩm tại Washington D.C. cho rằng Junius chính là Thomas Paine (1737-1809), trước khi ông tới Hoa Kỳ năm 1774. Nhưng đây vẫn chỉ là giả thuyết.

17. Trích dẫn này thuộc tác phẩm *The Constitution of England; Or, an Account of the English Government*, viết năm 1784 của Jean Louis De Lolme.

Pháp đa nguyên không thể mang lại các biện pháp an ninh chúng ta đang cần. Số lượng người buộc phải rất lớn mới có thể làm cho các câu kết trở nên khó khăn, nếu không chúng sẽ trở thành một nguồn đe dọa hơn là an ninh. Uy tín và ảnh hưởng của nhiều người kết lại chắc chắn sẽ đe dọa tự do nhiều hơn so với uy tín và ảnh hưởng của từng người riêng biệt. Do đó, khi quyền lực được đặt vào tay một số rất ít người cũng tức là chấp nhận khả năng sẽ có một kẻ mưu mẹo dễ dàng thâu tóm được quyền lợi và ý muốn của tất cả vào một âm mưu chung nào đó, và quyền lực sẽ trở nên dễ bị lạm dụng, và nguy hiểm hơn so với khi được trao vào tay một người; người này, do hoàn cảnh đơn độc, sẽ bị theo rõi chặt chẽ hơn và nhanh chóng bị cảnh giác, và người này sẽ không thể qui tụ được ảnh hưởng quá lớn kể cả khi liên kết được với những người khác. Các Thập Đại Pháp Quan [18] của thành Rome, có tên thể hiện số người (3), đã đe dọa lấn quyền người khác nhiều hơn so với khi chỉ MỘT người trong họ cầm quyền. Sẽ không ai dám nghĩ đến việc đề xuất một Hành Pháp có nhiều người hơn thực thể này; từ sáu tới mười hai là số người thường được gợi ý cho hội đồng này. Số lớn nhất của gợi ý này không quá nhiều để không có sự câu kết dễ dàng; và nước Mỹ sẽ phải lo lắng nhiều hơn về một sự câu kết như thế so với tham vọng của bất cứ một nhân vật đơn độc nào. Một hội đồng cho một viên chức hành pháp, người phải tự chịu trách niệm cho những việc làm của mình, nói chung không gì khác hơn một ngáng trở cho những dự định tốt đẹp của ông ta, và còn thường là công cụ, kẻ đồng lõa cho các dự định xấu xa và cũng gần như luôn luôn là tấm áo choàng khoác lên các sai trái của ông.

18. "Decemvirs" - là một hội đồng gồm 10 thành viên được thiết lập năm 451 Tr. CN của Cộng Hòa La Mã theo yêu cầu của giới plebeian nhằm pháp điển hóa các luật bất thành văn của La Mã. Hội đồng này chỉ tồn tại ngắn ngủi trong khoảng 2 năm, nhưng đã tạo dựng cơ sở luật pháp La Mã thông qua bộ Luật Law of Twelve Tables bằng cách học hỏi kinh nghiệm Hy Lạp.

Tôi không đi sâu vào vấn đề chi phí; mặc dù điều hiển nhiên là nếu hội đồng có số người đủ để đáp ứng mục đích chính của thiết chế này, thì lương bổng cho các thành viên hội đồng, những người buộc phải rời nhà đến sống ở nơi đặt trụ sở chính quyền, sẽ làm cho danh sách chi tiêu công đã quá nặng lại phải cõng thêm một khoản lớn mà ích lợi của nó còn khá mù mờ. Tôi chỉ xin nói thêm rằng, trước khi xuất hiện bản Hiến Pháp, tôi đã gần như không gặp một quí ông thông thái từ một Tiểu Bang nào lại không thừa nhận, dựa trên kinh nghiệm, rằng tính ĐƠN NHẤT của hành pháp ở Tiểu Bang này [19] là một trong những đặc tính tốt nhất trong bản hiến pháp của chúng ta.

(1) New York không có hội đồng, ngoại trừ hội đồng dành cho mục đích duy nhất để bổ nhiệm viên chức; New Jersey có một hội đồng để thống đốc tham vấn. Nhưng theo tôi, dựa vào những điều khoản của bản hiến pháp, có thể nói các quyết nghị của hội đồng không ràng buộc ông ta.

(2) De Lolme [20]

(3) Mười.

Publius

(Bài này xuất bản lần đầu trên báo *The Independent Journal* ngày 15 tháng Ba 1788, trên *The New York Packet* ngày 18 tháng Ba 1788. Bài này đánh số 70 trong sách của Nhà McLean, số 69 khi in trên các báo vừa nói.)

---

19. Tức New York.

20. De Lolme (1741-1806), tên đầy đủ là Jean Louis De Lolme, người Thụy Sĩ, do bất đồng chính trị, ông đã phải trốn sang Anh lưu vong nhiều năm, nơi đây ông làm báo và viết nhiều tác phẩm về chính trị học cho đến gần cuối đời mới trở về Thụy Sĩ và tham chính.

FEDERALIST No. 70

To the People of the State of New York:

THERE is an idea, which is not without its advocates, that a vigorous Executive is inconsistent with the genius of republican government. The enlightened well- wishers to this species of government must at least hope that the supposition is destitute of foundation; since they can never admit its truth, without at the same time admitting the condemnation of their own principles. Energy in the Executive is a leading character in the definition of good government. It is essential to the protection of the community against foreign attacks; it is not less essential to the steady administration of the laws; to the protection of property against those irregular and high-handed combinations which sometimes interrupt the ordinary course of justice; to the security of liberty against the enterprises and assaults of ambition, of faction, and of anarchy. Every man the least conversant in Roman story, knows how often that republic was obliged to take refuge in the absolute power of a single man, under the formidable title of Dictator, as well against the intrigues of ambitious individuals who aspired to the tyranny, and the seditions of whole classes of the community whose conduct threatened the existence of all government, as against the invasions of external enemies who menaced the conquest and destruction of Rome.

There can be no need, however, to multiply arguments or examples on this head. A feeble Executive implies a feeble execution of the government. A feeble execution is but another phrase for a bad execution; and a government ill executed, whatever it may be in theory, must be, in practice, a bad government.

Taking it for granted, therefore, that all men of sense will agree in the necessity of an energetic Executive, it will only remain to inquire, what are the ingredients which constitute this energy? How far can they be combined with those other ingredients which constitute safety in the republican sense? And how far does this combination characterize the plan which has been reported by the convention?

The ingredients which constitute energy in the Executive are, first, unity; secondly, duration; thirdly, an adequate provision for its support; fourthly, competent powers.

The ingredients which constitute safety in the republican sense are, first, a due dependence on the people, secondly, a due responsibility.

Those politicians and statesmen who have been the most celebrated for the soundness of their principles and for the justice of their views, have declared in favor of a single Executive and a numerous legislature. They have with great propriety, considered energy as the most necessary qualification of the former, and have regarded this as most applicable to power in a single hand, while they have, with equal propriety, considered the latter as best adapted to deliberation and wisdom, and best calculated to conciliate the confidence of the people and to secure their privileges and interests.

That unity is conducive to energy will not be disputed. Decision, activity, secrecy, and despatch will generally characterize the proceedings of one man in a much more eminent degree than the proceedings of any greater number; and in proportion as the number is increased, these qualities will be diminished.

This unity may be destroyed in two ways: either by vesting the power in two or more magistrates of equal dignity and authority; or by vesting it ostensibly in one man, subject, in whole or in part, to the control and co-operation of others, in the capacity of counsellors to him. Of the first, the two Consuls of Rome may serve as an example; of the last, we shall find examples in the constitutions of several of the States. New York and New Jersey, if I recollect right, are the only States which have intrusted the executive authority wholly to single men. [1] Both these methods of destroying the unity of the Executive have their partisans; but the votaries of an executive council are the most numerous. They are both liable, if not to equal, to similar objections, and may in most lights be examined in conjunction.

The experience of other nations will afford little instruction on this head. As far, however, as it teaches any thing, it teaches us not to be enamoured of plurality in the Executive. We have seen that the Achaeans, on an experiment of two Praetors, were induced to abolish one. The Roman history records many instances of mischiefs to the republic from the dissensions between the Consuls, and between the military Tribunes, who were at times substituted for the Consuls. But it gives us no specimens of any peculiar advantages derived to the state from the circumstance of the plurality of those magistrates. That the dissensions between them were not more frequent or more fatal, is a matter of astonishment, until we advert to the singular position in which the republic was almost continually placed, and to the prudent policy pointed out by the circumstances of the state, and pursued by the Consuls, of making a division of the government between them. The patricians engaged in a perpetual struggle with the plebeians for the preservation of their ancient authorities and dignities; the Consuls, who were generally chosen out of the former body, were commonly united by the personal interest they had in

1. New York has no council except for the single purpose of appointing to offices; New Jersey has a council whom the governor may consult. But I think, from the terms of the constitution, their resolutions do not bind him.

the defense of the privileges of their order. In addition to this motive of union, after the arms of the republic had considerably expanded the bounds of its empire, it became an established custom with the Consuls to divide the administration between themselves by lot one of them remaining at Rome to govern the city and its environs, the other taking the command in the more distant provinces. This expedient must, no doubt, have had great influence in preventing those collisions and rivalships which might otherwise have embroiled the peace of the republic.

But quitting the dim light of historical research, attaching ourselves purely to the dictates of reason and good se se, we shall discover much greater cause to reject than to approve the idea of plurality in the Executive, under any modification whatever.

Wherever two or more persons are engaged in any common enterprise or pursuit, there is always danger of difference of opinion. If it be a public trust or office, in which they are clothed with equal dignity and authority, there is peculiar danger of personal emulation and even animosity. From either, and especially from all these causes, the most bitter dissensions are apt to spring. Whenever these happen, they lessen the respectability, weaken the authority, and distract the plans and operation of those whom they divide. If they should unfortunately assail the supreme executive magistracy of a country, consisting of a plurality of persons, they might impede or frustrate the most important measures of the government, in the most critical emergencies of the state. And what is still worse, they might split the community into the most violent and irreconcilable factions, adhering differently to the different individuals who composed the magistracy.

Men often oppose a thing, merely because they have had no

agency in planning it, or because it may have been planned by those whom they dislike. But if they have been consulted, and have happened to disapprove, opposition then becomes, in their estimation, an indispensable duty of self-love. They seem to think themselves bound in honor, and by all the motives of personal infallibility, to defeat the success of what has been resolved upon contrary to their sentiments. Men of upright, benevolent tempers have too many opportunities of remarking, with horror, to what desperate lengths this disposition is sometimes carried, and how often the great interests of society are sacrificed to the vanity, to the conceit, and to the obstinacy of individuals, who have credit enough to make their passions and their caprices interesting to mankind. Perhaps the question now before the public may, in its consequences, afford melancholy proofs of the effects of this despicable frailty, or rather detestable vice, in the human character.

Upon the principles of a free government, inconveniences from the source just mentioned must necessarily be submitted to in the formation of the legislature; but it is unnecessary, and therefore unwise, to introduce them into the constitution of the Executive. It is here too that they may be most pernicious. In the legislature, promptitude of decision is oftener an evil than a benefit. The differences of opinion, and the jarrings of parties in that department of the government, though they may sometimes obstruct salutary plans, yet often promote deliberation and circumspection, and serve to check excesses in the majority. When a resolution too is once taken, the opposition must be at an end. That resolution is a law, and resistance to it punishable. But no favorable circumstances palliate or atone for the disadvantages of dissension in the executive department. Here, they are pure and unmixed. There is no point at which they cease to operate. They serve to embarrass and weaken the execution of the plan or measure to which they relate, from the first step to the final conclusion of it. They constantly counteract those qualities in the Executive which are the most necessary ingredients in its composition, vigor and expedition, and this without anycounterbalancing good. In the conduct of war, in which the energy of the Executive is the bulwark of the national security, every thing would be to be apprehended from its plurality.

It must be confessed that these observations apply with principal weight to the first case supposed that is, to a plurality of magistrates of equal dignity and authority a scheme, the advocates for which are not likely to form a numerous sect; but they apply, though not with equal, yet with considerable weight to the project of a council, whose concurrence is made constitutionally necessary to the operations of the ostensible Executive. An artful cabal in that council would be able to distract and to enervate the whole system of administration. If no such cabal should exist, the mere diversity of views and opinions would alone be sufficient to tincture the exercise of the executive authority with a spirit of habitual feebleness and dilatoriness.

But one of the weightiest objections to a plurality in the Executive, and which lies as much against the last as the first plan, is, that it tends to conceal faults and destroy responsibility. Responsibility is of two kinds to censure and to punishment. The first is the more important of the two, especially in an elective office. Man, in public trust, will much oftener act in such a manner as to render him unworthy of being any longer trusted, than in such a manner as to make him obnoxious to legal punishment. But the multiplication of the Executive adds to the difficulty of detection in either case. It often becomes impossible, amidst mutual accusations, to determine on whom the blame or the punishment of a pernicious measure, or series of pernicious measures, ought really to fall. It is shifted from one to another with so much dexterity, and under such plausible appearances, that the public opinion is left in suspense about the real author. The circumstances which may have led to any national miscarriage or misfortune are sometimes so complicated that, where there are a number of actors who may have had different degrees and kinds of agency, though we may clearly see upon the whole that there has been mismanagement, yet it may be impracticable to pronounce to whose account the evil which may have been incurred is truly chargeable.

«I was overruled by my council. The council were so divided in their opinions that it was impossible to obtain any better resolution on the point.» These and similar pretexts are constantly at hand, whether true or false. And who is there that will either take the trouble or incur the odium, of a strict scrunity into the secret springs of the transaction? Should there be found a citizen zealous enough to undertake the unpromising task, if there happen to be collusion between the parties concerned, how easy it is to clothe the circumstances with so much ambiguity, as to render it uncertain what was the precise conduct of any of those parties?

In the single instance in which the governor of this State is coupled with a council that is, in the appointment to offices, we have seen the mischiefs of it in the view now under consideration. Scandalous appointments to important offices have been made. Some cases, indeed, have been so flagrant that ALL PARTIES have agreed in the impropriety of the thing. When inquiry has been made, the blame has been laid by the governor on the members of the council, who, on their part, have charged it upon his nomination; while the people remain altogether at a loss to determine, by whose influence their interests have been committed to hands so unqualified and so manifestly improper. In tenderness to individuals, I forbear to descend to particulars.

It is evident from these considerations, that the plurality of the Executive tends to deprive the people of the two greatest securities they can have for the faithful exercise of any delegated power, first, the restraints of public opinion, which lose their efficacy, as well on account of the division of the censure attendant on bad measures among a number, as on account of the uncertainty on whom it ought to fall; and, secondly, the opportunity of discovering with facility and clearness the misconduct of the persons they trust, in order either to their removal from office or to their actual punishment in cases which admit of it.

In England, the king is a perpetual magistrate; and it is a maxim which has obtained for the sake of the pub lic peace, that he is unaccountable for his administration, and his person sacred. Nothing, therefore, can be wiser in that kingdom, than to annex to the king a constitutional council, who may be responsible to the nation for the advice they give. Without this, there would be no responsibility whatever in the executive department an idea inadmissible in a free government. But even there the king is not bound by the resolutions of his council, though they are answerable for the advice they give. He is the absolute master of his own conduct in the exercise of his office, and may observe or disregard the counsel given to him at his sole discretion.

But in a republic, where every magistrate ought to be personally responsible for his behavior in office the reason which in the British Constitution dictates the propriety of a council, not only ceases to apply, but turns against the institution. In the monarchy of Great Britain, it furnishes a substitute for the prohibited responsibility of the chief magistrate, which serves in some degree as a hostage to the national justice for his good behavior. In the American republic, it would serve to destroy, or would greatly diminish, the intended and necessary responsibility of the Chief Magistrate himself.

The idea of a council to the Executive, which has so generally obtained in the State constitutions, has been derived from that maxim of republican jealousy which considers power as safer in the hands of a number of men than of a single man. If the maxim should be admitted to be applicable to the case, I should contend that the advantage on that side would not counterbalance the numerous disadvantages on the opposite side. But I do not think the rule at all applicable to the executive power. I clearly concur in opinion, in this particular, with a writer whom the celebrated Junius pronounces to be «deep, solid, and ingenious,» that «the executive power is more easily confined when it is ONE»; [2] that it is far more safe there should be a single object for the jealousy and watchfulness of the people; and, in a word, that all multiplication of the Executive is rather dangerous than friendly to liberty.

A little consideration will satisfy us, that the species of security sought for in the multiplication of the Executive, is nattainable. Numbers must be so great as to render combination difficult, or they are rather a source of danger than of security. The united credit and influence of several individuals must be more formidable to liberty, than the credit and influence of either of them separately. When power, therefore, is placed in the hands of so small a number of men, as to admit of their interests and views being easily combined in a common enterprise, by an artful leader, it becomes more liable to abuse, and more dangerous when abused, than if it be lodged in the hands of one man; who, from the very circumstance of his being

2. De Lolme.

alone, will be more narrowly watched and more readily suspected, and who cannot unite so great a mass of influence as when he is associated with others. The Decemvirs of Rome, whose name denotes their number, [3] were more to be dreaded in their usurpation than any ONE of them would have been. No person would think of proposing an Executive much more numerous than that body; from six to a dozen have been suggested for the number of the council. The extreme of these numbers, is not too great for an easy combination; and from such a combination America would have more to fear, than from the ambition of any single individual. A council to a magistrate, who is himself responsible for what he does, are generally nothing better than a clog upon his good intentions, are often the instruments and accomplices of his bad and are almost always a cloak to his faults.

I forbear to dwell upon the subject of expense; though it be evident that if the council should be numerous enough to answer the principal end aimed at by the institution, the salaries of the members, who must be drawn from their homes to reside at the seat of government, would form an item in the catalogue of public expenditures too serious to be incurred for an object of equivocal utility. I will only add that, prior to the appearance of the Constitution, I rarely met with an intelligent man from any of the States, who did not admit, as the result of experience, that the UNITY of the executive of this State was one of the best of the distinguishing features of our constitution.

Publius

---

3. Ten.

FEDERALIST 73

Điều Khoản Dành Để Hỗ Trợ Cho Hành Pháp Và Quyền Phủ Quyết

Alexander Hamilton

Thưa Đồng Bào Tiểu Bang New York,

Thành phần thứ ba để tạo dựng sức mạnh cho thẩm quyền hành pháp là một điều khoản thích hợp để hỗ trợ cho bộ phận này. Rõ ràng là, thiếu quan tâm đúng đắn cho vấn đề này, sự phân tách hành pháp khỏi bộ phận lập pháp sẽ chỉ là hình thức và vô giá trị. Các nhà lập pháp, với quyền lực độc đoán về lương và phụ cấp cho Trưởng Hành Pháp, có thể biến ông ta [1] thành kẻ xu phụ ý chí của họ như họ muốn. Họ có thể, trong đa số trường hợp, hoặc buộc ông ta bằng đồng lương chết đói hoặc dụ dỗ ông ta bằng bổng lộc phải âm thầm tự uốn quan điểm của mình theo ý muốn của họ. Những hành động này, khi xét trong tất cả mọi chiều kích của chúng, chắc chắn sẽ gây ra nhiều hậu quả hơn những gì được dự tính. Có những con người không thể cưỡng ép hay khuất phục phải hy sinh bổn phận của họ; nhưng phẩm hạnh kiên cường này chỉ có thể nảy nở ở một vài mảnh đất hiếm hoi; và nói chung điều thường thấy sẽ là sức mạnh nào khống chế được nguồn lực của một người thì cũng đủ sức thâu tóm được ý chí của y. Nếu cần phải có các sự kiện để chứng thực một sự thật hết sức rõ ràng về hăm dọa hay quyến rũ Hành Pháp bằng khủng bố hoặc nhử mồi thông qua các thủ đoạn tiền bạc của lập

1. Đại từ "ông" (him) ở đây cho thấy sự phân biệt nam-nữ thịnh hành trong xã hội đương thời.

pháp, thì các ví dụ sẽ không thiếu, ngay cả ngay tại đất nước này [2].

Do đó, không dễ để ca tụng quá cao sự chú tâm khôn ngoan đã có trong bản Hiến Pháp dự thảo dành cho chủ đề này. Bản Hiến Pháp minh định rằng "Tổng Thống Hợp Chúng Quốc, vào những thời điểm đã định, vì sự phục vụ của ông, sẽ nhận một mức thù lao SẼ KHÔNG BAO GIỜ TĂNG HAY GIẢM TRONG NHIỆM KỲ ĐƯỢC BẦU; và ông SẼ KHÔNG NHẬN BẤT KỲ MỘT BỔNG LỘC KHÁC TRONG THỜI KỲ NÀY từ Hợp Chúng Quốc, hoặc từ bất kỳ Tiểu Bang nào." [3] Không thể hình dung ra một qui định khác phù hợp hơn điều này. Lập Pháp, vào lúc đề cử Tổng Thống, sẽ tuyên bố chỉ một lần một số lương bù đắp cho sự phục vụ của ông ta trong thời gian được bầu. Một khi được tuyên bố, họ sẽ không có quyền thay đổi, dù tăng hay giảm, cho tới khi có một nhiệm kỳ phục vụ mới bắt đầu do một cuộc bầu cử mới ấn định. Họ không thể làm suy yếu sự vững vàng của ông ta bằng khuynh loát các nhu cầu của ông, cũng không thể gây tha hóa sự chính trực của ông ta bằng mời gọi lòng tham của ông. Cả Liên hiệp lẫn mọi thành viên đều sẽ không thể tự ý cho, cũng như ông ta sẽ không thể tự ý nhận, bất kỳ lương bổng nào khác ngoài những gì đã được định rõ bởi điều luật ban đầu. Vì vậy, ông ta không thể có động cơ tiền bạc để từ bỏ hay bỏ mặc sự độc lập đã được thiết lập dành cho ông ta bằng bản Hiến Pháp này.

Thành phần cuối cần cho uy lực, được nêu theo thứ tự, là các thẩm quyền đủ mạnh [4]. Bây giờ chúng ta sẽ xét các thẩm quyền được

---

2. Ở đây có hai điểm cần ghi nhận: 1. Việc phải chú ý tới sự cân bằng giữa các quyền lực không chỉ là vấn đề nguyên tắc mà còn là một thực tế. 2. Nếu như vẫn có những con người xuất chúng thì hiến pháp cần phải được tạo dựng cho cả những "con người bình thường" nữa. A.A.

3. Điều 2, Chương 1 Hiến Pháp Mỹ.

4. Publius nói tới các quyền lực "competent" với nghĩa sao cho chúng giúp cho tổng thống hoặc nói rộng hơn là hành pháp có các quyền lực phù hợp với trách nhiệm của mình và đủ để đối trọng với quyền lực của các bộ phận khác, như tư pháp và đặc biệt là lập pháp. A.A.

đề xuất dành cho Tổng Thống của Hợp Chúng Quốc.

Điều đầu tiên gây ngay ấn tượng cho sự quan sát của chúng ta là quyền phủ quyết tương đối của Tổng Thống trên các luật hay quyết nghị của hai viện của lập pháp; hoặc, nói cách khác, quyền của ông ta được trả lại tất cả các dự luật với sự phản đối để ngăn ngừa chúng trở thành luật, trừ khi chúng sẽ được phê chuẩn sau đó bởi 2/3 thành viên của mỗi viện trong thực thể lập pháp.

Bộ phận lập pháp có khuynh hướng xâm lấn lên các quyền, và tiếm đoạt thẩm quyền của các bộ phận khác đã được chúng ta nêu ra và nhắc lại nhiều lần; tính bất lực của ranh giới đơn giản trên giấy qui định cho mỗi bộ phận cũng đã được lưu ý; và sự cần thiết của việc trang bị cho mỗi bộ phận một số công cụ tự vệ hiến định đều đã được nêu ra và chứng minh [5]. Những nguyên tắc rõ ràng và bất khả nghi này cho thấy tính đúng đắn của quyền phủ quyết, tuyệt đối hoặc tương đối, cho Hành Pháp, đối với các hành động của các nhánh lập pháp. Thiếu một trong những công cụ này, Tổng Thống sẽ hoàn toàn bất lực để bảo vệ chính ông ta chống lại các cưỡng đoạt của bộ phận sau. Dần dần ông ta còn có thể bị tước hết các thẩm quyền của bản thân bởi nhiều quyết nghị liên tiếp, hoặc bị phế truất chỉ bằng một cuộc biểu quyết. Và bằng cách này hay cách khác, các quyền lực lập pháp và hành pháp sẽ nhanh chóng bị thâu tóm vào trong cùng một số bàn tay. Ngay cả khi cái khuynh hướng xâm lấn quyền Hành Pháp chưa nổi lên trong thực thể lập pháp thì các qui tắc lập luận công bằng và sự đúng đắn về lý thuyết cũng tự dạy cho chúng ta rằng không nên để bộ phận này bị lệ thuộc vào lòng thương hại của bộ phận khác, mà nó cần phải được sở hữu một quyền lực tự vệ có tính hiến định và hiệu lực.

Nhưng quyền lực này còn có một hữu dụng khác. Nó không

5. FP 48, 49 và 60, 71. A.A.

chỉ làm lá chắn cho Hành Pháp, mà còn tạo ra một an ninh khác để chống lại việc thông qua các điều luật sai trái. Nó làm thành một phanh hãm đáng quý cho thực thể lập pháp, phanh hãm này được trù tính nhằm canh chừng cho cộng đồng chống lại các hệ lụy của bè đảng, hấp tấp, hoặc của mọi xung động phản lại phúc lợi công, những điều có thể tác động tới đa số của thực thể đó [6].

Tính đúng đắn của quyền phủ quyết, vẫn, đôi khi, bị đả phá bởi một nhận định, là không nên giả định một con người sẽ có nhiều đức hạnh và khôn ngoan hơn một nhóm người; và trừ khi giả định này được chấp nhận, sẽ là sai lầm khi cho viên chức hành pháp bất kỳ loại khống chế nào lên thực thể lập pháp.

Nhưng nhận định này, khi được kiểm xét, sẽ cho thấy giả tạo hơn là vững chãi. Tính đúng đắn của vấn đề không đặt trên giả định về sự khôn ngoan hay đức hạnh lớn hơn của Hành Pháp, mà là trên giả định rằng lập pháp sẽ không phải không thể sai lầm; rằng sự đam mê quyền lực có lúc sẽ phản bội nó, đẩy nó vào tâm thế muốn xâm lấn các quyền của các thành viên khác của chính quyền; rằng tinh thần bè đảng có lúc sẽ bẻ cong các suy tư của nó; rằng những áp lực của hoàn cảnh cũng có lúc xúi nó lao vào các hành động mà bản thân nó, vào những lúc suy nghĩ chín chắn hơn, phải lên án. Động lực nền tảng để trao quyền lực đang nói cho Hành Pháp là, để tạo cho ông ta có khả năng tự vệ; động lực thứ hai là để làm tăng các cơ may cho cộng đồng chống lại việc thông qua các luật tồi tệ do hấp tấp, vô tình hay cố ý. Một luật càng được xem xét nhiều hơn thì tính đa dạng về vị thế của những người xét nét nó càng tăng và hệ quả càng ít nguy cơ có các sai lầm do thiếu suy xét đúng đắn, hoặc ít có nguy cơ có các quyết định lệch lạc do bị thâm nhiễm bởi một tham vọng hoặc một lợi quyền của một nhóm người. Do đó, rất ít có khả năng một quan

6. Tức thực thể lập pháp.

điểm sai trái có thể nhiễm vào mọi bộ phận của chính quyền cùng một lúc và tác động vào cùng một vấn đề. Chúng thường chỉ có thể khống chế lần lượt từng bộ phận rồi làm sai lệch đi mà thôi.

Có thể nói rằng quyền ngăn ngừa luật xấu cũng bao hàm cả quyền ngăn ngừa luật tốt; và có thể được dùng cho mục đích tốt cũng như cho mục đích tồi. Nhưng sự phản đối này sẽ không có mấy trọng lượng với những người có khả năng lượng định đúng đắn các thiệt hại từ tính bất nhất và dễ thay đổi của luật pháp, những điều đang gây ra tỳ vết xấu nhất cho khí chất và thiên tính của các chính quyền của chúng ta [7]. Những người này sẽ cân nhắc đến từng thiết chế được tạo ra để ước chế tính thái quá của việc lập pháp, và giữ cho mọi thứ ở trong một trạng thái luôn có xu hướng sinh ra điều lành hơn điều dữ; bởi vì chính trạng thái này thuận lợi cho hệ thống pháp luật có sự ổn vững lớn hơn. Tổn hại do có thể gạt bỏ mất một vài luật tốt sẽ được đền bù hậu hĩnh bằng ích lợi trong việc ngăn ngừa được nhiều luật xấu [8].

Vẫn chưa hết. Trọng lượng và ảnh hưởng lớn hơn của thực thể lập pháp trong một chính thể tự do, và sự bất trắc cho Hành Pháp trong cuộc đọ sức với thực thể này, cũng là một an ninh khiến mọi người hài lòng là quyền phủ quyết sẽ thường được dùng một cách rất thận trọng; và khi thực hiện quyền này sự rụt rè sẽ luôn to lớn hơn sự hấp tấp. Một ông vua Đại Anh, với tất cả những quyền lực tối cao, và với mọi ảnh hưởng ông ta có thể rút ra từ vô số nguồn, sẽ, vào ngày hôm nay, phải đắn đo khi đặt một phủ quyết lên các quyết nghị chung của hai viện của Nghị Viện. Ông sẽ không từ khước các nguồn lực cao nhất của ảnh hưởng đó để bóp nghẹt một biện pháp trái ý ông ta trước khi được đưa tới ngai vàng để tránh phải đối mặt với thế lưỡng nan hoặc phải cho phép biện pháp đó có hiệu lực, hoặc

7. Tức các chính quyền tiểu bang.

8. Xem thêm FP 62. A.A.

phải chịu rủi ro của việc sẽ bị toàn dân bất bình do đã chống lại ý chí của thực thể lập pháp. Cũng không có khả năng ông ta sẽ cố cùng bất chấp mạo hiểm dùng tới các đặc quyền, trừ khi sự thể quá đúng đắn, hoặc vì một nhu cầu tối cần. Mọi quý ông thông hiểu của vương quốc đó sẽ phải đồng ý với sự công bằng của nhận xét này. Đã có một quãng thời gian rất dài trôi qua kể từ lần cuối quyền phủ quyết của quân vương đó được lấy ra sử dụng.

Nếu một viên chức hành pháp đầy quyền uy và được gia cố quyền lực rất mạnh như quân vương Anh cũng sẽ phải do dự rất nhiều trong việc thực thi loại quyền lực đang xem xét [9] thì hẳn sẽ phải có sự cẩn trọng lớn hơn bao nhiêu nữa đối với một ông Tổng Thống của Hợp Chúng Quốc, người được giao thẩm quyền hành pháp trong thời gian ngắn ngủi bốn năm và ở trong một chính quyền hoàn toàn và thuần túy theo mô hình cộng hòa?

Rõ ràng có nhiều nguy cơ ở việc ông ta không sử dụng quyền lực này khi cần hơn là việc ông ta sẽ sử dụng nó quá nhiều hoặc quá mạnh. Quả thật, với đúng lý do này người ta đang nêu ra một lập luận nhằm bác bỏ tác dụng của quyền này. Với lập luận đó, họ cho rằng đây là một loại quyền hữu danh vô thực. Nhưng không nên suy rằng, vì nó có thể rất ít được dùng nên nó sẽ không bao giờ được dùng. Khi xảy ra các tình huống đã được dự trù khi thiết kế cho quyền này, đó là khi có một tấn công trực tiếp vào các quyền hiến định của Hành Pháp, hoặc khi phúc lợi của cộng đồng bị xâm phạm một cách hiển nhiên và rõ ràng, thì một người có sự quả quyết ở mức trung bình cũng sẽ tự biết lấy các phương tiện hiến định để phòng vệ, và sẽ phải hành động theo sự thúc giục của trách nhiệm và bổn phận. Trong giả định đầu, sự kiên định của ông ta sẽ được kích hoạt bởi sự ham muốn trực tiếp đối với quyền lực được giao phó của ông

9. Tức quyền phủ quyết.

ta; ở trường hợp sau, là do khả năng sẽ được sự ủng hộ của các cử tri, những người, cho dù trong những tình huống mập mờ thường có xu hướng ủng hộ thực thể lập pháp, cũng sẽ rất khó chấp nhận thiên vị để tự hại mình trong một tình huống đã hết sức rõ ràng. Đấy là tôi nói về một viên chức chỉ sở đắc sự quả quyết ở mức trung bình. Thực tế, có những con người, trong mọi hoàn cảnh, luôn dũng cảm để làm trọn bổn phận của họ bất chấp mọi bất trắc.

Nhưng Hội Nghị [10] đã đưa ra một giải pháp trung dung cho vấn đề này nhằm tạo thuận lợi cho cả việc thực thi loại quyền lực này của Hành Pháp, và làm cho sự thực thi phải phụ thuộc vào ý chí của một số đông của thực thể lập pháp. Thay vì quyền phủ quyết tuyệt đối, giải pháp đó đề xuất trao cho Hành Pháp quyền phủ quyết có điều kiện như đã mô tả. Đây là một loại quyền sẽ được sẵn sàng thực thi nhiều hơn loại kia [11]. Một người còn e ngại ngăn chặn một luật chỉ bằng PHỦ QUYẾT của mình có thể sẽ không đắn đo trả ngay luật đó; vì luật này sẽ chỉ bị bãi bỏ khi cuối cùng có hơn 1/3 thành viên trong mỗi viện đồng ý với sự chống đối của ông ta. Ông ta sẽ được khích lệ khi nghĩ rằng nếu sự phản đối của mình thành công ông sẽ có được sự ủng hộ rất nể trọng của thực thể lập pháp cho các hành xử đúng đắn của ông ta trước công luận. Một quyền phủ quyết trực tiếp và bất tranh cãi có một vẻ ngoài khắc nghiệt hơn, và dễ chọc tức hơn so với chỉ là việc nêu ra phản đối để cho người khác tán thành hoặc bác bỏ. Càng ít có vẻ gây hấn hơn sẽ càng có khả năng được thực thi hơn; và vì vậy, sẽ càng hữu dụng hơn trên thực tế. Chúng ta hy vọng sẽ không thường xuyên có các quan điểm sai trái khống chế được cả một bộ phận lớn của hai nhánh lập pháp tới mức 2/3 tổng số thành viên đều bị mua chuộc cùng một lúc; và chúng ta cũng hy

10. Tức hội nghị tại Philadelphia từ tháng 5-tháng 9 năm 1787 với kết quả là bản dự thảo hiến pháp đang xét.

11. Tức quyền phủ quyết tuyệt đối.

vọng như thế kể cả khi Hành Pháp có quyền uy đủ sức đối trọng. Điều đó còn khó xảy ra hơn nhiều so với việc các quyết nghị và một đa số mỏng bị một quan điểm sai trái điều khiển. Một âm mưu như thế của Hành Pháp sẽ thường phải vận động âm thầm và kín đáo dầu nó nóng lòng đến đâu. Khi con người can dự vào những mục đích bất chính biết rằng sẽ có những ngăn cản có thể đến từ một bộ phận mà họ không thể kiểm soát, thì riêng nỗi sợ bị chống đối đã khiến họ phải tránh làm những việc mà lẽ ra họ sẽ lao ngay vào nếu như họ không phải sợ những ngáng trở từ bên ngoài như thế.

Quyền phủ quyết có điều kiện, như đã được phân tích trước đây [12], ở Tiểu Bang này [13] được trao vào một hội đồng gồm thống đốc, cùng với chancellor [14] và các thẩm phán của Tối Cao Pháp Viện, hoặc gồm bất kỳ hai người trong số họ. Quyền này vẫn được tự do sử dụng trong rất nhiều tình huống khác nhau, và thường xuyên có tác dụng. Và tính hữu dụng của nó đã rõ ràng tới mức khiến những người đã từng phản đối nó kịch liệt trong khi xây dựng Hiến Pháp [15] thì nay, qua chứng nghiệm, đã trở thành những người hâm mộ. (1)

Ở một bài khác [16] tôi đã từng nhận xét rằng, Hội Nghị, trong khi xây dựng phần này của bản Hiến Pháp [17], đã từ bỏ mô hình

12. FP 69.

13. Tức New York.

14. "chancellor": đây là một tước vị (chức năng) có nguồn gốc từ thời La Mã, do hoàng đế lập nên với nhiều quyền hành nhằm giám sát các chức vụ, quyền lực khác, trong đó chancellor có cả chức năng tư pháp, phán xử. Thời Anh quốc cổ thì "chancellor" là một quan tư pháp điều hành các tòa án công bình (court of equity) hay tòa chưởng ấn (court of chancery) nhằm xem xét lại các vụ kêu oan sau khi đã thẩm qua các tòa xử theo thông luật (common law). Tước vị (chức năng) chancellor truyền thống như vừa nói vẫn được lưu giữ ở nhiều nơi tại châu Âu và nhiều bang của Mỹ trong thế kỷ XVIII-XIX.

15. Tức hiến pháp của tiểu bang New York.

16. FP 69.

17. Tức bản dự thảo hiến pháp đang xét.

hiến pháp của Tiểu Bang này [18] để chọn mô hình hiến pháp của Massachusetts. Sự lựa chọn này có thể có hai lý do mạnh. Một, các thẩm phán, những người sẽ đóng vai trò diễn giải pháp luật, có thể sẽ có sự thiên vị bất chính từ việc phải có ý kiến trước trong các việc tái xét của họ; lý do kia là do thường xuyên cộng tác với trưởng Hành Pháp, họ có thể sẽ bị nhiễm quá nhiều quan điểm chính trị của viên chức hành pháp này, và do đó có thể sẽ gây ra một sự câu kết chặt chẽ nguy hiểm ở nhiều mức độ giữa hai bộ phận hành pháp và tư pháp. Do không thể nào giữ cho các thẩm phán quá tách khỏi mọi công việc ngoài công việc giải thích pháp luật. Vì vậy, sẽ đặc biệt nguy hiểm khi đưa họ vào tình thế bị mua chuộc hoặc bị ảnh hưởng bởi Hành Pháp.

(1) Mr. Abraham Yates, một đối thủ nhiệt huyết của bản dự thảo Hiến Pháp thuộc số này.

Publius

(Bài này xuất bản lần đầu trên báo *The New York Packet* ngày 21 tháng Ba 1788, trên *The Independent Journal* ngày 22 tháng Ba 1788. Bài này đánh số 73 trong sách của Nhà McLean, số 72 khi in trên các báo vừa nói.)

---

18. Tức New York.

FEDERALIST No. 73

To the People of the State of New York:

THE third ingredient towards constituting the vigor of the executive authority, is an adequate provision for its support. It is evident that, without proper attention to this article, the separation of the executive from the legislative department would be merely nominal and nugatory. The legislature, with a discretionary power over the salary and emoluments of the Chief Magistrate, could render him as obsequious to their will as they might think proper to make him. They might, in most cases, either reduce him by famine, or tempt him by largesses, to surrender at discretion his judgment to their inclinations. These expressions, taken in all the latitude of the terms, would no doubt convey more than is intended. There are men who could neither be distressed nor won into a sacrifice of their duty; but this stern virtue is the growth of few soils; and in the main it will be found that a power over a man's support is a power over his will. If it were necessary to confirm so plain a truth by facts, examples would not be wanting, even in this country, of the intimidation or seduction of the Executive by the terrors or allurements of the pecuniary arrangements of the legislative body.

It is not easy, therefore, to commend too highly the judicious attention which has been paid to this subject in the proposed Constitution. It is there provided that «The President of the United States shall, at stated times, receive for his services a compensation WHICH SHALL NEITHER BE INCREASED NOR DIMINISHED DURING THE PERIOD FOR WHICH HE SHALL HAVE BEEN ELECTED; and he SHALL NOT RECEIVE WITHIN THAT

PERIOD ANY OTHER EMOLUMENT from the United States, or any of them.» It is impossible to imagine any provision which would have been more eligible than this. The legislature, on the appointment of a President, is once for all to declare what shall be the compensation for his services during the time for which he shall have been elected. This done, they will have no power to alter it, either by increase or diminution, till a new period of service by a new election commences. They can neither weaken his fortitude by operating on his necessities, nor corrupt his integrity by appealing to his avarice. Neither the Union, nor any of its members, will be at liberty to give, nor will he be at liberty to receive, any other emolument than that which may have been determined by the first act. He can, of course, have no pecuniary inducement to renounce or desert the independence intended for him by the Constitution.

The last of the requisites to energy, which have been enumerated, are competent powers. Let us proceed to consider those which are proposed to be vested in the President of the United States.

The first thing that offers itself to our observation, is the qualified negative of the President upon the acts or resolutions of the two houses of the legislature; or, in other words, his power of returning all bills with objections, to have the effect of preventing their becoming laws, unless they should afterwards be ratified by two thirds of each of the component members of the legislative body.

The propensity of the legislative department to intrude upon the rights, and to absorb the powers, of the other departments, has been already suggested and repeated; the insufficiency of a mere parchment delineation of the boundaries of each, has also been remarked upon; and the necessity of furnishing each with constitutional arms for its own defense, has been inferred and proved. From these clear and indubitable principles results the propriety of a negative, either absolute or qualified, in the Executive, upon the acts of the legislative branches. Without the one or the other, the former would be absolutely unable to defend himself against the depredations of the latter. He might gradually be stripped of his authorities by successive resolutions, or annihilated by a single vote. And in the one mode or the other, the legislative and executive powers might speedily come to be blended in the same hands. If even no propensity had ever discovered itself in the legislative body to invade the rights of the Executive, the rules of just reasoning and theoretic propriety would of themselves teach us, that the one ought not to be left to the mercy of the other, but ought to possess a constitutional and effectual power of selfdefense.

But the power in question has a further use. It not only serves as a shield to the Executive, but it furnishes an additional security against the enaction of improper laws. It establishes a salutary check upon the legislative body, calculated to guard the community against the effects of faction, precipitancy, or of any impulse unfriendly to the public good, which may happen to influence a majority of that body.

The propriety of a negative has, upon some occasions, been combated by an observation, that it was not to be presumed a single man would possess more virtue and wisdom than a number of men; and that unless this presumption should be entertained, it would be improper to give the executive magistrate any species of control over the legislative body.

But this observation, when examined, will appear rather specious than solid. The propriety of the thing does not turn upon the supposition of superior wisdom or virtue in the Executive, but upon the supposition that the legislature will not be infallible; that the love of power may sometimes betray it into a disposition to encroach upon the rights of other members of the government; that a spirit of faction may sometimes pervert its deliberations; that impressions of the moment may sometimes hurry it into measures which itself, on maturer reflexion, would condemn. The primary inducement to conferring the power in question upon the Executive is, to enable him to defend himself; the secondary one is to increase the chances in favor of the community against the passing of bad laws, through haste, inadvertence, or design. The oftener the measure is brought under examination, the greater the diversity in the situations of those who are to examine it, the less must be the danger of those errors which flow from want of due deliberation, or of those missteps which proceed from the contagion of some common passion or interest. It is far less probable, that culpable views of any kind should infect all the parts of the government at the same moment and in relation to the same object, than that they should by turns govern and mislead every one of them.

It may perhaps be said that the power of preventing bad laws includes that of preventing good ones; and may be used to the one purpose as well as to the other. But this objection will have little weight with those who can properly estimate the mischiefs of that inconstancy and mutability in the laws, which form the greatest blemish in the character and genius of our governments. They will consider every institution calculated to restrain the excess of law-making, and to keep things in the same state in which they happen to be at any given period, as much more likely to do good than harm; because it is favorable to greater stability in the system of legislation. The injury which may possibly be done by defeating a few good laws, will be amply compensated by the advantage of preventing a number of bad ones.

Nor is this all. The superior weight and influence of the legislative body in a free government, and the hazard to the Executive in a trial of strength with that body, afford a satisfactory security that the negative would generally be employed with great caution; and there would oftener be room for a charge of timidity than of rashness in the exercise of it. A king of Great Britain, with all his train of sovereign attributes, and with all the influence he draws from a thousand sources, would, at this day, hesitate to put a negative upon the joint resolutions of the two houses of Parliament. He would not fail to exert the utmost resources of that influence to strangle a measure disagreeable to him, in its progress to the throne, to avoid being reduced to the dilemma of permitting it to take effect, or of risking the displeasure of the nation by an opposition to the sense of the legislative body. Nor is it probable, that he would ultimately venture to exert his prerogatives, but in a case of manifest propriety, or extreme necessity. All well-informed men in that kingdom will accede to the justness of this remark. A very considerable period has elapsed since the negative of the crown has been exercised.

If a magistrate so powerful and so well fortified as a British monarch, would have scruples about the exercise of the power under consideration, how much greater caution may be reasonably expected in a President of the United States, clothed for the short period of four years with the executive authority of a government wholly and purely republican?

It is evident that there would be greater danger of his not using his power when necessary, than of his using it too often, or too much. An argument, indeed, against its expediency, has been drawn from this very source. It has been represented, on this account, as a power odious in appearance, useless in practice. But it will not follow, that because it might be rarely exercised, it would never be exercised. In the case for which it is chiefly designed, that of an immediate attack upon the constitutional rights of the Executive, or in a case in which the public good was evidently and palpably sacrificed, a man of tolerable firmness would avail himself of his constitutional means of defense, and would listen to the admonitions of duty and responsibility. In the former supposition, his fortitude would be stimulated by his immediate interest in the power of his office; in the latter, by the probability of the sanction of his constituents, who, though they would naturally incline to the legislative body in a doubtful case, would hardly suffer their partiality to delude them in a very plain case. I speak now with an eye to a magistrate possessing only a common share of firmness. There are men who, under any circumstances, will have the courage to do their duty at every hazard.

But the convention have pursued a mean in this business, which will both facilitate the exercise of the power vested in this respect in the executive magistrate, and make its efficacy to depend on the sense of a considerable part of the legislative body. Instead of an absolute negative, it is proposed to give the Executive the qualified negative already described. This is a power which would be much more readily exercised than the other. A man who might be afraid to defeat a law by his single VETO, might not scruple to return it for reconsideration; subject to being finally rejected only in the event of more than one third of each house concurring in the sufficiency of his objections. He would be encouraged by the reflection, that if his opposition should prevail, it would embark in it a very respectable proportion of the legislative body, whose influence would be united with his in supporting the propriety of his conduct in the public opinion. A direct and categorical negative has something in the appearance of it more harsh, and more apt to irritate, than the mere suggestion of argumentative objections to be approved or disapproved by those to whom they are addressed. In proportion as it would be less apt to offend, it would be more apt to be exercised; and for this very reason, it may in practice be found more effectual. It is to be hoped that it will not often happen that improper views will govern so large a proportion as two thirds of both branches of the legislature at the same time; and this, too, in spite of the counterposing weight of the Executive. It is at any rate far less probable that this should be the case, than that such views should taint the resolutions and conduct of a bare majority. A power of this nature in the Executive, will often have a silent and unperceived, though forcible, operation. When men, engaged in unjustifiable pursuits, are aware that obstructions may come from a quarter which they cannot control, they will often be restrained by the bare apprehension of opposition, from doing what they would with eagerness rush into, if no such external impediments were to be feared.

This qualified negative, as has been elsewhere remarked, is in this State vested in a council, consisting of the governor, with the chancellor and judges of the Supreme Court, or any two of them. It has been freely employed upon a variety of occasions, and frequently with success. And its utility has become so apparent, that persons who, in compiling the Constitution, were violent opposers of it, have from experience become its declared admirers. [1]

I have in another place remarked, that the convention, in the formation of this part of their plan, had departed from the model of the constitution of this State, in favor of that of Massachusetts. Two strong reasons may be imagined for this preference. One is that

1. Mr. Abraham Yates, a warm opponent of the plan of the convention is of this number.

the judges, who are to be the interpreters of the law, might receive an improper bias, from having given a previous opinion in their revisionary capacities; the other is that by being often associated with the Executive, they might be induced to embark too far in the political views of that magistrate, and thus a dangerous combination might by degrees be cemented between the executive and judiciary departments. It is impossible to keep the judges too distinct from every other avocation than that of expounding the laws. It is peculiarly dangerous to place them in a situation to be either corrupted or influenced by the Executive.

Publius

TƯ TƯỞNG SÂU SẮC VỀ CHÍNH QUYỀN

FEDERALIST 10

Liên Hiệp-Một Giải Pháp Phòng Chống Nạn Bè Phái Và Nội Loạn (tiếp theo)

James Madison

Thưa Đồng Bào Tiểu Bang New York,

TRONG SỐ nhiều đặc tính ưu việt do một Liên Hiệp được thiết kế cẩn thận [1] có thể mang lại, đặc tính đáng được lưu tâm nhất trong khi thiết kế là khả năng kiểm soát và làm thuyên giảm tính quá khích của nạn bè phái. Điều gây lo ngại nhất cho người ủng hộ các *chính*

1. Khi 13 thuộc địa của Anh cùng nhất trí đòi độc lập khỏi sự điều hành của chính quyền Anh, đại diện của các thuộc địa đã cùng nhau lập ra một mô hình chung cho 13 thuộc địa gọi là Liên Hiệp (confederation). Để quản trị Liên Hiệp, các nhà lập quốc Mỹ đã thảo ra một bộ khung pháp lý (một dạng hiến pháp) gọi là *The Articles of Confederation*. Vào tháng Bảy 1776, bộ khung pháp lý được trình cho Quốc Hội (The Second Continental Congress). Nhưng mãi tới ngày 01 tháng Ba 1781 bộ khung pháp lý chung mới được tất cả 13 thuộc địa – đã tự trở thành các quốc gia nhỏ (tiểu bang) - phê chuẩn. Tình hình 13 tiểu bang sau chiến thắng giành độc lập rất rối ren, có nguy cơ tan vỡ vì *The Articles of Confederation* không đủ khả năng giải quyết. Đó chính là lý do dẫn đến việc Hội Nghị Liên Bang (the Federal Convention) được triệu tập ở Philadelphia từ tháng Năm đến tháng Chín 1787 với mục đích ban đầu chỉ nhằm tu chính *The Articles of Confederation*. Nhưng cuối cùng Hội Nghị lại quyết định làm ra một dự thảo hiến pháp hoàn toàn mới. Những người ủng hộ bản dự thảo hiến pháp mới được gọi là The Federalist – người Liên Bang, còn nhóm chống được gọi là The Anti-Federalist – người Chống Liên Bang.

thể bình dân [2] cũng chính là xu hướng của các chính thể kiểu này dễ sa vào khuyết tật nguy hiểm vừa nói. Do vậy, những người ủng hộ chính thể bình dân sẽ không bỏ qua mọi phương án có thể mang lại sự chữa trị đúng đắn cho khuyết tật đó, miễn không phạm vào những nguyên tắc cơ bản của chính thể bình dân. Bất ổn, bất công và rối loạn trong các cơ quan công quyền [3] là các chứng bệnh chết người đã làm sụp đổ nhiều chính quyền bình dân ở mọi nơi. Chúng cũng là những chủ đề hấp dẫn và màu mỡ để những kẻ đối kháng tự do dựng ra những xảo ngôn, sắc lệnh bậc nhất. Có thể những cải tiến chính trị của Mỹ [4] đã đem lại nhiều giá trị hết sức to lớn cho các mô hình chính quyền bình dân, từ cổ đại đến hiện đại, nhưng sẽ là sai lầm không thể tha thứ nếu cho rằng những cải tiến đó đã giải quyết được khuyết tật nói trên ở mức như chúng ta mong muốn hay kỳ vọng. Chả phải các ta thán vẫn còn vang lên ở khắp nơi, từ những công dân đức hạnh nhất, thận trọng nhất cho tới những người có đức tin riêng, chung và cả những người ủng hộ tự do cá nhân và tự do công cộng sao? Những người ta thán đó cho rằng chính quyền của chúng ta quá bấp bênh, rằng lợi ích công luôn bị các xung đột

2. "popular government" ở đây James Madison dùng với ý phân biệt với chính thể thịnh hành lúc đó là chính thể quân chủ thế tập (hereditary monarchy) quyền lực tập trung chủ yếu trong tay một người và do đời trước truyền lại. Chính thể popular government là chính thể do người dân lập nên và quyền lực được phân bổ cho nhiều người trong một thời hạn nhất định. Vào thời điểm này thuật ngữ và ý niệm *dân chủ* (democracy) vẫn chỉ được hiểu theo nghĩa dân chủ sơ khai kiểu trực tiếp của Hy-lạp cổ đại – tất cả mọi công dân đều tham dự vào quyết định, điều hành, kể cả người khôn, có học, lẫn người ít học hay kém khôn ngoan. Những nhà lập quốc Mỹ, điển hình là James Madison cùng nhóm Federalists của ông rất thiếu thiện cảm với kiểu dân chủ vừa nói. Xem *Thuật ngữ* mục "Chính thể bình dân".

3. Nguyên văn "public councils" là những cơ quan có chức năng quản lý thuộc địa và giám sát sự hoạt động lập pháp của các nghị hội (assembly) trong thời kỳ thuộc địa. Có thể hiểu public council như thượng viện và assembly như hạ viện sau này.

4. Lúc này đa phần 13 tiểu bang đã tự xây dựng hiến pháp riêng.

đảng phái [5] cho ra rìa, rằng các vấn đề luôn được giải quyết không theo nguyên tắc công lý và tôn trọng quyền của thiểu số, mà bằng sức đè ép vượt trội của phe đa số âm mưu và áp đảo. Cho dù chúng ta có hết lòng cầu mong những ta thán đó là vô căn cứ thì những sự thật đang hiển hiện cũng không cho phép chúng ta chối rằng những ta thán đó không hoàn toàn vô lý. Tuy nhiên, nếu xem xét một cách khách quan, chúng ta cũng phải nhận rằng có một số vấn nạn đã bị qui nhầm cho trách nhiệm của chính quyền. Nhưng đồng thời chúng ta cũng phát hiện ra rằng các lý do khác không thể tự lĩnh hết trách nhiệm cho nhiều vấn nạn tồi tệ nhất của chúng ta, cho sự mất niềm tin ngày càng tăng ở các cơ quan công quyền và tình trạng báo động về quyền cá nhân bị xâm hại đang tràn lan khắp đất nước. Đó chắc chắn là hệ quả, do phần lớn nếu không phải là hoàn toàn, của tình trạng bất ổn và bất công sinh ra từ hệ thống công quyền đã bị thâm nhiễm nặng bởi nạn bè phái.

Một bè phái, theo tôi hiểu, là một số công dân, có thể ở mức đa số hay thiểu số so với toàn xã hội, tập hợp lại với nhau và, do một hối thúc chung nào đó, như tình cảm, niềm say mê, một quyền lợi, hay do một mối quan tâm chung nào đó, cùng hành động có tính đối ngược với quyền của một số công dân khác, hoặc trái với quyền lợi, trái với mong muốn chung thường có của cả cộng đồng.

Có hai phương pháp để chữa trị những nghịch thói của nạn bè phái: một, bằng cách loại bỏ những nguyên nhân sinh ra nó; hai, bằng cách kiểm soát các tác động của nó.

Để loại bỏ các nguyên nhân sinh ra bè phái cũng có hai cách:

5. "rival parties". Tuy nhiên, lúc này tại Mỹ chưa có đảng chính trị đúng nghĩa là một tổ chức, "đảng phái" ở đây chỉ theo nghĩa các nhóm lỏng lẻo với các quan điểm riêng khác nhau.

một, hủy bỏ tất cả những tự do cần cho sự tồn tại của bè phái; cách kia là làm cho tất cả mọi công dân luôn có cùng một quan điểm, cùng một say mê và cùng một sở thích, cùng một quan tâm giống hệt nhau.

Nhưng thật không có lời nào đúng hơn để nói về cách chữa thứ nhất rằng: cách chữa bệnh này tai hại hơn cả căn bệnh. Bởi tự do cho bè phái cũng giống như không khí cần cho lửa, thiếu nó, lửa sẽ phụt tắt. Nhưng thật là điên rồ khi xóa bỏ các tự do – điều tối cần cho đời sống chính trị - chỉ vì chúng nuôi dưỡng tư tưởng bè phái. Sự xóa bỏ đó thật chẳng khác gì việc muốn hút cho hết khí trời – điều cần cho sự sống – chỉ vì không khí đã sinh ra đốm lửa phá hoại.

Cách thứ hai thì lại quá bất khả thi tương tự như cách thứ nhất quá thiếu khôn ngoan. Bởi chừng nào tư duy của con người còn có thể sai lầm và chừng nào con người còn tự do tư duy thì các quan điểm, suy nghĩ của con người còn khác biệt. Chừng nào lý trí và lòng yêu mến cái tôi của mỗi người [6] còn gắn bó với nhau và chừng nào tư tưởng và dục vọng của con người còn ảnh hưởng lẫn nhau thì tư tưởng, suy tư của con người sẽ còn bị lòng tư dục, tư lợi đeo bám, tác động. Sự đa dạng về năng lực của con người, cái gốc sinh ra quyền sở hữu, không phải là ngáng trở có thể vượt qua để đồng nhất mọi ham muốn. Bảo vệ sự đa dạng năng lực đó chính là nhiệm vụ đầu tiên của chính quyền. Việc bảo vệ những năng lực vừa đa dạng, vừa không bằng nhau trong sự thủ đắc tài sản sẽ tạo ra tình trạng sở hữu các tài sản khác nhau và ở các mức không giống nhau. Thực trạng bất bình đẳng, không giống nhau này sẽ ảnh hưởng tới tình cảm, tư tưởng của các chủ sở hữu khác nhau với hệ quả tiếp theo là xã hội bị

6. Nguyên văn "self-love" (tự ái) – trùng nhan đề một bài luận của David Hume (1711-1776), người Scotland, có ảnh hưởng rất nhiều tới tư tưởng của Madison và nhóm Federalist.

phân thành các nhóm khác nhau với những lợi ích khác nhau và sự quan tâm khác nhau.

Do vậy, những mầm mống âm thầm của bè phái đã nằm sẵn ngay trong bản chất của con người; chúng ta còn thấy chúng thấm đẫm ở mọi nơi với các mức độ khác nhau tùy thuộc các hoàn cảnh khác nhau của đời sống con người [7]. Sự tôn thờ tín ngưỡng khác nhau, niềm tin vào các tư tưởng chính trị khác nhau, và nhiều vấn đề khác, từ lý thuyết cho tới hành động; hay sự ngưỡng mộ, phò tá các lãnh tụ chính trị khác nhau nhưng cùng đầy tham vọng tranh đoạt quyền lực, danh tiếng; hoặc sự gắn bó với những nhân vật có vận mệnh đầy hấp dẫn, rốt cục đã chia loài người thành những phe nhóm khác nhau, đã gieo vào lòng người sự thù địch lẫn nhau, đã làm loài người trở thành dễ hục hặc, gây hấn, hiếp đáp lẫn nhau hơn là hòa hợp cùng nhau vì lợi ích chung. Khuynh hướng hằn thù lẫn nhau của con người còn trầm trọng tới mức nếu không có một tác động đặc biệt thì những khác biệt tầm phào và vô lý nhất cũng có thể đủ khơi lên những dục vọng kình địch và gây ra những xung đột vô cùng khốc hại [8]. Nhưng cội nguồn lớn nhất và lâu bền nhất của nạn bè phái lại là tính chất bất bình đẳng và đa dạng trong việc phân phối tài sản. Những người có và không có tài sản đã là những nhóm người có quyền lợi và quan tâm khác hẳn nhau từ lâu nay trong xã hội. Tương tự, những chủ nợ, con nợ cũng là những nhóm lợi ích khác nhau. Quyền lợi của nhà nông, quyền lợi của chủ máy, quyền lợi của nhà buôn, quyền lợi của nhà băng, cùng với cơ man quyền lợi của những người khác, là những nhóm quyền lợi khác nhau tất yếu phải có trong các quốc gia văn minh nhưng chúng cũng làm cho các

7. Nguyên văn "civil society".

8. Ý bi quan này về con người trùng với ý của Thomas Hobbes (1588-1679) trong *Leviathan*, Chương 14 và ý của Tuân Tử (kh.313-239 Tr.CN).

quốc gia này bị phân thành các giai tầng khác nhau dựa trên những tư tưởng và tình cảm khác nhau. Vì vậy, điều phối những quyền lợi vừa đa dạng vừa đối chọi nhau như thế trong xã hội chính là mục tiêu cơ bản của một hệ thống pháp lý hiện đại và là điều cho chúng ta thấy các hoạt động thường ngày, thiết yếu của chính quyền sẽ luôn bị ảnh hưởng, bị xúi giục bởi đầu óc có tính bè nhóm, đảng phái.

Do đó, không ai được phép tự làm người phân xử cho chính vụ việc của mình, vì quyền lợi riêng tư chắc chắn sẽ làm thiên lệch phán xét của họ và có thể làm hư hỏng cả lòng liêm chính của họ nữa. Tương tự, không, đúng hơn là phải nhấn mạnh hơn, rằng một nhóm người không được vừa làm người phân xử lại vừa đồng thời là người của đảng phái [9]. Những bộ luật quan trọng sinh ra để làm gì nếu các quan tòa lại quyết định không dựa trên quyền của con người nói chung mà lại dựa vào quyền của một bè nhóm? Dựng ra các nhà lập pháp đại diện cho đủ mọi giai tầng trong xã hội có ích gì nếu như các quyết nghị lại bị các đảng phái và những người hùa theo quyết định? Một dự luật đệ trình để giải quyết những món nợ tư ư? Việc này sẽ đẩy giới cho vay đứng về một phía còn những con nợ sẽ dạt sang phía khác. Trong những tình huống như thế, công lý phải giữ cho được thăng bằng, không nghiêng ngả. Tuy nhiên, các phe nhóm hiện nay lại đang phải làm, và buộc phải là, người phân xử, vậy thì người ta chỉ còn chờ cái kết cục chắc chắn phải tới sẽ là phe phái đông đảo nhất sẽ giành ưu thế áp đặt, nói cách khác là bè

9. Lúc này nước Mỹ chưa có đảng chính trị. Đọc đến đây chúng ta cũng có thể nhận ra rằng đa phần các nhà lập quốc Mỹ lúc đó không mấy thiện cảm với chính đảng. Tinh thần đảng phái yếu ớt này vẫn được truyền lại cho đến ngày hôm nay, như ta có thể thấy các đảng viên Cộng Hòa hay Dân Chủ của Mỹ không coi trọng tính đảng, họ sẵn sàng li khai, thậm chí chống lại đảng của họ. Những giá trị gắn bó có tính máu thịt với họ là các giá trị như dân chủ, tự do cá nhân, an ninh, môi trường, v.v. Đây là đặc tính rất khác với nhiều nền chính trị khác, đặc biệt là các chính thể cộng sản.

phái mạnh nhất sẽ có quyền lực thống trị. Còn về sản xuất nội địa sẽ được khuyến khích bằng cách nào, hay là bằng cách hạn chế các sản phẩm ngoại quốc? Đây lại là những câu hỏi sẽ được giới nhà nông và giới công xưởng trả lời khác nhau và chắc là sẽ chả có giới nào chỉ lo lắng cho công lý hay chỉ quan tâm tới quyền lợi chung của toàn xã hội. Việc phân bổ sắc thuế trên những loại tài sản khác nhau có thể là việc đòi hỏi phải có sự công bình nhất. Và dù cho chẳng có một cơ quan lập pháp nào lại tạo thêm cơ hội hay xúi giục phe đa số đè bẹp công lý thì mỗi đồng bạc bị đổ vào lưng của phe thiểu số cũng vẫn làm cho túi của phe đa số đầy thêm hơn một đồng.

Vì vậy sẽ thật hão huyền khi cho rằng các chính trị gia thông thái sẽ có khả năng dung hòa các quyền lợi xung đột nhau và biến chúng thành có lợi cho xã hội. Vì, dù là thông thái thật đi nữa thì không phải lúc nào các chính trị gia đó cũng giữ được quyền kiểm soát trong tay [10]. Và làm sao có thể đạt được sự dung hòa nếu không tính tới cả tiếng nói của những người ở chốn xa xôi hoặc những kẻ đơn côi – những nhóm người luôn bị đè bẹp bởi quyền lợi của các đảng phái, phe nhóm đông đảo vốn chả coi trọng gì quyền lợi của người khác hay của toàn xã hội [11].

Từ đó, chúng ta buộc phải thừa nhận rằng những NGUYÊN

10. Điểm này lại cho thấy tác giả không đặt kỳ vọng chính vào các cá nhân lãnh đạo, dù là người tài giỏi nhất, mà đặt vào khả năng kiểm soát của cấu trúc chính trị sao cho người lãnh đạo buộc phải tâm huyết nhất cho lợi ích công. Đây cũng là khác biệt nền tảng với học thuyết của Khổng Tử – chỉ mong ngóng, trông chờ ở con người cá nhân (quân tử, kẻ sĩ, vua, chúa).

11. Đây là một lý luận có thể giải thích thêm cho việc nước Mỹ vào buổi đầu lập nước không có đảng chính trị và đa phần các chính trị gia thường không thiện cảm với đảng chính trị. Thomas Jefferson từng phát biểu vào năm 1789: "Nếu tôi không thể lên được Thiên Đàng vì không phải là đảng viên thì tôi sẽ chả bao giờ muốn lên đó cả." Nhưng chính Thomas Jefferson là người đã lập ra đảng Democratic-Republican Party vào khoảng năm 1796, là tiền thân của đảng Dân Chủ (democratic) hiện nay.

NHÂN GỐC RỄ của nạn bè phái là không thể loại bỏ, và giải pháp chữa trị duy nhất chỉ là kiểm soát và điều chỉnh các TÁC ĐỘNG của chúng mà thôi.

Trường hợp một bè phái không đạt được qui mô đa số, cách chữa trị đã nằm ngay trong nguyên lý của chính thể cộng hòa – cho phép đa số bác bỏ những quan điểm có hại thông qua lá phiếu. Loại bè phái này cũng có thể gây ách tắc chính quyền, làm xao động xã hội nhưng nó không có khả năng bạo động và không thể giấu được bạo động dưới các vỏ bọc Hiến Pháp [12]. Nhưng khi một bè phái đạt tới qui mô đa số, chính dạng thức chính quyền bình dân lại tạo điều kiện để nó thực hiện dục vọng quyền lực, quyền lợi riêng của nó, bất chấp các quyền, lợi ích của xã hội, của các cá nhân khác. Bảo toàn lợi ích cộng đồng và quyền của các cá nhân trước hiểm họa của loại bè phái vừa nói, và cũng nhằm duy trì tinh thần và nền tảng cho chính thể bình dân, là mục đích trọng tâm trong cuộc tìm hiểu này của chúng ta. Tôi cũng muốn nói thêm rằng những mục đích đó chính là điều kiện thiết yếu để dạng chính thể bình dân có thể thoát được sự khinh miệt đã nhắm vào nó từ bao lâu nay và để dạng chính thể này có thể xứng đáng nhận được sự tán thành, trân quí của nhân loại. [13]

Bằng cách nào những mục đích này có thể đạt được? Dĩ nhiên là chỉ có thể bằng một trong hai cách sau. Hoặc phải ngăn không cho các thành viên của một tập hợp đa số có cùng một say mê, cùng một mối lợi vào cùng một thời điểm, hoặc, nếu tập hợp đa số đã có cùng một mối lợi, mối say mê chung cùng lúc rồi, thì phải tước đi

12. Thực hiện các hành động bạo động, trấn áp một cách hợp hiến, hợp pháp.

13. Trong giới chính trị gia của nước Mỹ thời kỳ đầu thường có quan điểm không mấy thiện cảm với dạng chính quyền dân chủ (democracy-do người dân quyết định) vì họ thường coi, và cũng do trình độ xã hội nói chung lúc đó, đa số dân chúng thiếu hiểu biết, ngây thơ - "the mob".

khả năng bàn thảo, phối hợp và thực hiện các hành động trấn áp của tập hợp đó qua cách lợi dụng số lượng hay hoàn cảnh tại địa phương của họ. Chúng ta phải biết rằng khi dục vọng lại gặp được cơ hội thì mọi giáo huấn của đạo đức hay tôn giáo đều trở thành lạc lõng. Đạo đức lẫn tôn giáo khó có thể lên tiếng khi con người trở nên bất chấp, hung hãn. Các giáo huấn càng yếu ớt khi số người trong một tập hợp cần tác động càng lớn, nghĩa là có một tương quan nghịch: hiệu lực của các khuyên răn về phẩm hạnh sẽ yếu dần khi nhu cầu cần đến chúng tăng lên [14].

Từ những điều đó, chúng ta có thể kết luận rằng một nền dân chủ thuần túy, với ý của tôi là một xã hội với dân số nhỏ và mọi công dân đều cùng được bàn bạc, cùng điều hành chính quyền bằng sự hiện diện thường trực của chính họ, không cho phép chữa trị những nghịch thói của nạn bè phái. Vì một tập hợp đa số, gần như là luôn luôn, có cùng một mối quan tâm, cùng một dục vọng. Còn khả năng trao đổi, phối hợp hành động lại là một khả năng đương nhiên do chính dạng thức của chính quyền đem lại. Và, hệ quả là sẽ không còn gì để kìm hãm những xúi giục thủ tiêu phe thiểu số hoặc triệt hạ những cá nhân ngang bướng [15]. Chính đó là lý do khiến những nền dân chủ như thế luôn trở thành thảm cảnh của đối đầu và rối loạn, luôn là những chính thể không phù hợp cho an ninh cá nhân và quyền sở hữu tài sản. Những nền dân chủ đó, nói chung, sống thì ngắn ngủi mà chết thì đau thương. Những học giả bảo trợ cho dạng thức chính quyền này đã sai lầm khi giả định rằng bằng cách làm

14. Đoạn này gợi đến nhiều ý kiến trong tư tưởng của Benedict Spinoza (1632-1677) người Hà Lan và của Niccolò Machiavelli (1469-1527) người Ý. A.A.

15. Những nhận xét này có tính tiên tri về sự thủ tiêu, trấn áp các hội đoàn đối lập, các cá nhân bất đồng chính kiến trong các chính thể độc tài phát-xít hay cộng sản sau này.

cho con người đạt được sự bình đẳng tuyệt hảo trong chính trị [16] thì cùng lúc con người cũng sẽ đạt được bình đẳng tuyệt hảo, đạt được sự giống hệt nhau về sở hữu, tư tưởng, chính kiến và dục vọng.

Trong khi đó, một nền cộng hòa, với ý của tôi là một chính quyền được điều hành thông qua các đại diện, lại cho ta một viễn cảnh khác và nhiều hứa hẹn về phương thuốc mà ta đang tìm kiếm. Bây giờ chúng ta hãy cùng xem những điểm khác của nền cộng hòa so với nền dân chủ thuần túy và chúng ta sẽ hiểu được cách chữa trị nạn bè phái và tính hiệu quả do Liên Hiệp đem lại.

Có hai điểm khác biệt quan trọng giữa một nền dân chủ và nền cộng hòa: thứ nhất, nhóm người trong chính quyền, ở loại sau, là một số ít công dân được bầu ra bởi toàn số công dân còn lại; thứ hai, nền cộng hòa vẫn có thể vận hành tốt với những quốc gia có qui mô lớn không giới hạn cả về lãnh thổ lẫn dân số [17].

Hệ quả từ điểm khác biệt thứ nhất là những hiểu biết, quan điểm, tầm nhìn của xã hội sẽ được tinh lọc và mở rộng thêm khi chúng được duyệt qua một nhóm người đã được lựa chọn trên cơ sở có năng lực tốt nhất trong việc xác định quyền lợi đích thực cho quốc gia, nhưng lại là những người ít có nguy cơ nhất trong việc đánh đổi lòng ái quốc, tình yêu công lý cho những mưu tính nhất thời hay phe đảng [18]. Trên nguyên tắc như thế, những đại diện của dân sẽ có xu hướng đưa được ra những quyết định cho cộng đồng tốt hơn là khi do chính người dân quyết định cho cộng đồng. Nhưng điều ngược lại cũng có thể xảy ra, một khi những người có đầu óc bè

16. Như cách dân chủ trực tiếp nói ở trên.

17. Xem lại lập luận trong FP 9 của Alexander Hamilton về vấn đề này.

18. Toàn bộ ý đoạn này trùng với một ý trong bài luận *Idea of a perfect commonwealth* viết năm 1754 của David Hume (1711-1776).

phái, địa phương hoặc có những ý đồ hắc ám, có thể, bằng cách lừa phỉnh hoặc thông qua hối lộ hoặc bằng một cách nào đó, đoạt được phiếu bầu của dân rồi quay ra phản bội những quyền lợi của dân [19]. Đến đây, vấn đề tiếp theo cần đặt ra là: vậy chính thể cộng hòa trong quốc gia nhỏ hay quốc gia lớn sẽ thuận lợi hơn cho việc chọn được người có khả năng canh giữ tốt nhất cho quyền lợi xã hội. Câu trả lời là chính thể cộng hòa trong quốc gia lớn, vì hai lý do hiển nhiên sau:

Thứ nhất, chúng ta cần phải thừa nhận rằng dù qui mô nhỏ đến đâu, số các đại diện trong một chính thể cộng hòa cũng phải đạt tới một số đủ để chống lại sự câu kết của một số người nào đó. Và dù quốc gia rộng lớn đến mấy, số lượng các đại diện cũng phải có một giới hạn nhất định để không bị hòa lẫn với đại chúng. Và vì số đại diện trong cả hai trường hợp đều không tỷ lệ tương ứng với số dân, nhưng ở nước cộng hòa nhỏ số người đại diện có tính tỷ lệ với số dân cao hơn so với nước cộng hòa lớn, do đó nếu như tỷ lệ người có tài và đức hạnh trong nước cộng hòa lớn không ít hơn trong nước cộng hòa nhỏ thì rõ ràng ở nước cộng hòa lớn sẽ có xác suất lớn hơn nhiều trong việc tìm chọn được những đại diện tài năng nhất cho cộng đồng.

Điều thứ hai, vì trong nước cộng hòa lớn mỗi vị đại diện sẽ do một số lượng người nhiều hơn tuyển chọn so với nước cộng hòa nhỏ, nên những ứng cử viên không xứng đáng sẽ gặp khó khăn hơn khi muốn dùng mánh lới để lừa gạt cử tri. Và nếu việc bỏ phiếu càng được tự do thì càng nhiều khả năng cử tri châu tụ vào những người mà tài năng đã được thừa nhận, đức hạnh đã được thử thách [20].

---

19. Đoạn này như một tiên tri về cách đoạt quyền của những lãnh tụ độc tài phát-xít hay cộng sản sau này.

20. Tác giả James Madison ở đây thường dùng những hình dung từ và các từ liên quan tới thiên văn học, như 'centre', 'compass', 'sphere', 'diffusive', để mô tả đặc điểm

Nhưng chúng ta cũng phải nhận thấy trong bầu cử, cũng giống như ở nhiều vấn đề khác, có sẵn một tình trạng trung dung chứa nhiều phiền toái. Khi tăng số lượng cử tri quá cao, quí vị sẽ làm các đại diện trở nên xa lạ với tất cả các vấn đề địa phương và các quyền lợi không lớn. Nhưng nếu số lượng cử tri quá thấp, quí vị lại làm đại diện gắn bó quá mức với các vấn đề đó và quá ít khả năng để hiểu và đeo đuổi các chủ đề quốc gia lớn lao. Đối với vấn đề này, bản Hiến Pháp liên bang vừa được thảo đã đưa ra được một giải pháp phối hợp tài tình: những quyền lợi tối cao và toàn thể được ký thác cho lập pháp quốc gia [21]; các quyền lợi địa phương và cá nhân giao cho các lập pháp Tiểu Bang.

Một điểm khác nữa, chính thể cộng hòa có khả năng tiếp nhận số công dân và chu vi lãnh thổ lớn hơn so với chính thể dân chủ; và đây là yếu tố cơ bản khiến các câu kết bè phái ở chính thể trước ít đe dọa hơn so với chính thể sau [22]. Xã hội càng nhỏ, càng ít khả năng hình thành nhiều phe đảng, quyền lợi khác biệt; càng ít phe đảng và quyền lợi khác biệt, càng nhiều khả năng một đa số [23] nằm ngay trong một đảng; và số người trong một phe đảng chiếm đa số càng nhỏ, đồng thời lại nằm trong một chu vi cũng nhỏ thì càng dễ

---

và tính cách con người. Điều tương tự được lặp lại trong FP 48 khi ông nói về cấu trúc chính quyền. Điều này cho thấy tư duy của tác giả nhìn xét sự vật với một nhãn quan rất rộng lớn, bao quát. A.A.

21. "national". Vì lúc này các tiểu bang rất e ngại khi hình thành liên hiệp các quyền tự do của họ sẽ bị mất hoặc thuyên giảm, do đó các nhà lập hiến Mỹ đã tránh các từ ngữ có thể làm trầm trọng thêm quan ngại đó. Vì vậy trong Hiến Pháp Mỹ không hề có từ "dân tộc", "quốc gia" (nation, national) mà chỉ có từ "nhân dân" (we the people) và chính quyền liên bang (federal government). Nhưng các tác giả FP đã mạnh dạn một cách dè dặt dùng các từ như "chung" (general) "quốc gia" (national) để chỉ chính quyền, quốc gia chung của 13 tiểu bang hợp lại.

22. Ở đây chúng ta cần nhớ lại quan niệm của tác giả- James Madison, cũng như nhiều chính trị gia Mỹ lúc đó, là nói đến dân chủ có nghĩa là thể chế dân chủ trực tiếp kiểu ở các thành bang (polis) thời Hy Lạp cổ đại.

23. Đa số của toàn cộng đồng.

dàng cho phe đảng đa số phối hợp, thực hiện các mưu đồ đàn áp. Hãy mở rộng không gian, quí vị sẽ làm tăng các phe đảng, quyền lợi khác nhau; quí vị sẽ làm giảm nguy cơ một đa số của xã hội có cùng ý muốn xâm phạm các quyền của công dân khác; hoặc cả khi một ác ý như thế tồn tại, sẽ khó khăn hơn cho bọn họ tập hợp sức mạnh, và hiệp đồng để ra tay [24]. Ngoài những kìm chế khác, có thể thấy ngay rằng bất kỳ ở đâu có một ý đồ bất chính, bất thiện bị phát giác thì sự truyền bá và bàn thảo để thực hiện chúng cũng luôn bị chặn lại bằng sự hồ nghi tỷ lệ thuận với số kẻ cần hiệp đồng.

Vậy, điều đã rõ ràng là lợi thế của nền cộng hòa so với nền dân chủ trong việc kiểm soát các tác động của nạn bè phái cũng là lợi thế của nước cộng hòa lớn so với nước nhỏ và cũng là lợi thế của Liên Hiệp so với các Tiểu Bang thành viên. Liệu lợi thế này có bao hàm việc tìm được những đại diện vừa có tầm cao về trí tuệ vừa có bề dày về phẩm hạnh vượt lên hẳn những định kiến địa phương, những mưu toan nhỏ hẹp? Sẽ không thể phủ nhận được là, Liên Hiệp sẽ là

24. Ở đây chúng ta nên xem lại những lý do khiến Montesquieu đã nghiêng về ủng hộ mô hình cộng hòa có lãnh thổ nhỏ (khác với Publius). *De l'esprit des lois*, Chương XVI, Quyển 8, Montesquieu viết: "*Dans une grande république, il y a de grandes fortunes, et par conséquent peu de modération dans les esprits: il y a de trop grands dépôts à mettre dans les mains d'un citoyen; les intérêts se particularisent; un homme sent d'abord qu'il peut être heureux, grand, glorieux, sans sa patrie; et bientôt, qu'il peut être seul grand sur les ruines de sa patrie. Dans une grande république, le bien commun est sacrifiés à mille considérations: il est surbordonné à des exceptions; il dépend des accidents. Dans une petite, le bien public est mieux senti, mieux connu, plus près de chaque citoyen; les abus y sont moins étendus, et par conséquent moins protégés.*" - "*Trong một nước cộng hòa lớn, có những người giàu khổng lồ khiến lòng người khó kiềm chế: có những tín chấp quá lớn cho mỗi công dân; các quan tâm trở nên cá nhân hóa; người ta trước hết cảm thấy có thể trở thành hạnh phúc, vĩ đại, vinh quang mà không cần tổ quốc; và sớm muộn người ta sẽ thành kẻ vĩ đại duy nhất đứng trên một đất nước hoang tàn. Trong một nước cộng hòa lớn, tài sản công phải chia cho hàng vạn đòi hỏi: nó phải phục vụ cho các ngoại lệ và lệ thuộc vào nhiều bất trắc. Trong nước cộng hòa nhỏ, người dân cảm nhận rõ hơn, biết rõ hơn và gần gũi hơn với tài sản công; các lạm dụng tài sản công ở mức độ nhỏ hơn và hệ quả là dễ bị phát hiện hơn.*" PHS dịch.

cách tốt nhất để chọn được những con người có năng lực cần thiết như thế. Liệu Liên Hiệp có mang lại an ninh tốt hơn cho các phe đảng để chống lại bất cứ phe đảng nào có khả năng áp đảo về số lượng và lại có ý muốn đàn áp? Dĩ nhiên, càng nhiều phe đảng trong Liên Hiệp, an ninh cho các phe đảng sẽ càng được tăng cường. Đối với các ý đồ phối hợp hòng thực hiện những ý định bí mật của một phe đa số bất chính, Liên Hiệp có mang lại những ngăn chặn mạnh mẽ hơn? Ở đây, một lần nữa cần nhớ lại qui mô rộng lớn của Liên Hiệp cho ta biết Liên Hiệp hiển nhiên sẽ có khả năng này.

Lãnh tụ các phe nhóm vẫn có thể khơi lên các ngọn lửa bất ổn tại các Tiểu Bang của họ nhưng họ không thể thổi lửa sang các Tiểu Bang khác. Một giáo phái có thể suy thoái thành một bè phái chính trị [25] trong một khu vực của Bang Liên [26], nhưng sự đa dạng của các giáo phái trải rộng khắp Liên Hiệp sẽ bảo đảm cho các cơ quan quốc gia đủ sức chống lại mối nguy của giáo phái suy thoái. Những cơn thịnh nộ về tiền giấy [27], những giận dữ trong đòi hỏi xóa nợ [28] hay những cơn bức xúc về những vấn đề bình đẳng trong phân phối tài sản, hoặc bất kỳ ý định sai trái, quỉ quyệt nào cũng ít có khả năng lan tràn bao phủ toàn Liên Hiệp hơn là so với một Tiểu Bang; cũng tương tự, một tệ nạn dễ quấy đảo một quận, một huyện hơn là toàn

25. Từ quan niệm tôn giáo phải tách rời chính quyền, người Mỹ rất sợ tôn giáo can thiệp vào quyền lực chính trị hoặc trở thành quyền lực chính trị - điều hành cộng đồng, quốc gia.

26. « Confederacy ». Xem *Thuật ngữ* mục "Bang liên".

27. Lúc này nước Mỹ đang có nhu cầu in tiền giấy để buôn bán vì nguồn kim loại quí ngày càng hiếm và vì chính quyền Anh quốc đã ra đạo luật Currency Act 1764 cấm thuộc địa in tiền giấy để kiểm soát chặt thuộc địa.

28. Sau chiến tranh giành độc lập, chính quyền trung ương và các tiểu bang phải đối mặt với vấn đề trả nợ cho các cá nhân, tổ chức đã cho chính quyền vay. Có người có quan điểm xóa nợ hoặc không trả. Nhưng có người giữ quan điểm phải thanh toán đầy đủ, dù là chậm, để giữ lòng tin của xã hội dành cho chính quyền, đại diện cho những người này là Alexander Hamilton.

bộ một Tiểu Bang.

Do đó, với qui mô và một cấu trúc khôn ngoan như thế của Liên Hiệp, chúng ta đang có trong tay một cách chữa trị mang tính cộng hòa cho những chứng bệnh thường có của một nền cộng hòa. Và nếu chúng ta càng tự hào, càng vui sướng bao nhiêu vì chúng ta là người ủng hộ nền cộng hòa, chúng ta lại càng nên xiển dương tinh thần và ủng hộ quan điểm của những người Liên Bang [29] bấy nhiêu.

Publius

(Bài này xuất bản lần đầu trên báo *The Daily Advertiser* ngày 22 tháng Mười Một 1787, *The New York Packet* ngày 23 tháng Mười Một 1787, *The Independent Journal* ngày 24 tháng Mười Một 1787.)

29. Federalists – những người ủng hộ mô hình liên hiệp mới (liên bang) như phác thảo trong dự thảo Hiến Pháp.

FEDERALIST No. 10

To the People of the State of New York:

AMONG the numerous advantages promised by a well constructed Union, none deserves to be more accurately developed than its tendency to break and control the violence of faction. The friend of popular governments never finds himself so much alarmed for their character and fate, as when he contemplates their propensity to this dangerous vice. He will not fail, therefore, to set a due value on any plan which, without violating the principles to which he is attached, provides a proper cure for it. The instability, injustice, and confusion introduced into the public councils, have, in truth, been the mortal diseases under which popular governments have everywhere perished; as they continue to be the favorite and fruitful topics from which the adversaries to liberty derive their most specious declamations. The valuable improvements made by the American constitutions on the popular models, both ancient and modern, cannot certainly be too much admired; but it would be an unwarrantable partiality, to contend that they have as effectually obviated the danger on this side, as was wished and expected. Complaints are everywhere heard from our most considerate and virtuous citizens, equally the friends of public and private faith, and of public and personal liberty, that our governments are too unstable, that the public good is disregarded in the conflicts of rival parties, and that measures are too often decided, not according to the rules of justice and the rights of the minor party, but by the superior force of an interested and overbearing majority. However anxiously we may wish that these complaints had no foundation, the evidence, of known facts will not permit us to deny that they are in some degree true. It will be found, indeed, on a candid review of our situation, that some of the distresses under which we labor have been erroneously charged on the operation of our governments; but it will be found, at the same time, that other causes will not alone account for many of our heaviest misfortunes; and, particularly, for that prevailing and increasing distrust of public engagements, and alarm for private rights, which are echoed from one end of the continent to the other. These must be chiefly, if not wholly, effects of the unsteadiness and injustice with which a factious spirit has tainted our public administrations.

By a faction, I understand a number of citizens, whether amounting to a majority or a minority of the whole, who are united and actuated by some common impulse of passion, or of interest, adversed to the rights of other citizens, or to the permanent and aggregate interests of the community.

There are two methods of curing the mischiefs of faction: the one, by removing its causes; the other, by controlling its effects.

There are again two methods of removing the causes of faction: the one, by destroying the liberty which is essential to its existence; the other, by giving to every citizen the same opinions, the same passions, and the same interests.

It could never be more truly said than of the first remedy, that it was worse than the disease. Liberty is to faction what air is to fire, an aliment without which it instantly expires. But it could not be less folly to abolish liberty, which is essential to political life, because it nourishes faction, than it would be to wish the annihilation of air, which is essential to animal life, because it imparts to fire its destructive agency.

The second expedient is as impracticable as the first would be unwise. As long as the reason of man continues fallible, and he is at liberty to exercise it, different opinions will be formed. As long as the connection subsists between his reason and his self-love, his opinions and his passions will have a reciprocal influence on each other; and the former will be objects to which the latter will attach themselves. The diversity in the faculties of men, from which the rights of property originate, is not less an insuperable obstacle to a uniformity of interests. The protection of these faculties is the first object of government. From the protection of different and unequal faculties of acquiring property, the possession of different degrees and kinds of property immediately results; and from the influence of these on the sentiments and views of the respective proprietors, ensues a division of the society into different interests and parties.

The latent causes of faction are thus sown in the nature of man; and we see them everywhere brought into different degrees of activity, according to the different circumstances of civil society. A zeal for different opinions concerning religion, concerning government, and many other points, as well of speculation as of practice; an attachment to different leaders ambitiously contending for pre- eminence and power; or to persons of other descriptions whose fortunes have been interesting to the human passions, have, in turn, divided mankind into parties, inflamed them with mutual animosity, and rendered them much more disposed to vex and oppress each other than to co-operate for their common good. So strong is this propensity of mankind to fall into mutual animosities, that where no substantial occasion presents itself, the most frivolous and fanciful distinctions have been sufficient to kindle their unfriendly passions and excite their most violent conflicts. But the most common and durable source of factions has been the various and unequal distribution of property. Those who hold and those who are without property have ever formed distinct interests in society. Those who are creditors, and those who are debtors, fall under a like discrimination. A landed interest, a manufacturing interest, a mercantile interest, a moneyed interest, with many lesser interests, grow up of necessity in civilized nations, and divide them into different classes, actuated by different sentiments and views. The regulation of these various and interfering interests forms the principal task of modern legislation, and involves the spirit of party and faction in the necessary and ordinary operations of the government.

No man is allowed to be a judge in his own cause, because his interest would certainly bias his judgment, and, not improbably, corrupt his integrity. With equal, nay with greater reason, a body of men are unfit to be both judges and parties at the same time; yet what are many of the most important acts of legislation, but so many judicial determinations, not indeed concerning the rights of single persons, but concerning the rights of large bodies of citizens? And what are the different classes of legislators but advocates and parties to the causes which they determine? Is a law proposed concerning private debts? It is a question to which the creditors are parties on one side and the debtors on the other. Justice ought to hold the balance between them. Yet the parties are, and must be, themselves the judges; and the most numerous party, or, in other words, the most powerful faction must be expected to prevail. Shall domestic manufactures be encouraged, and in what degree, by restrictions on foreign manufactures? are questions which would be differently decided by the landed and the manufacturing classes, and probably by neither with a sole regard to justice and the public good. The apportionment of taxes on the various descriptions of property is an act which seems to require the most exact impartiality; yet there is, perhaps, no legislative act in which greater opportunity and temptation are given to a predominant party to trample on the rules of justice. Every shilling with which they overburden the inferior number, is a shilling saved to their own pockets.

It is in vain to say that enlightened statesmen will be able to adjust these clashing interests, and render them all subservient to the public good. Enlightened statesmen will not always be at the helm. Nor, in many cases, can such an adjustment be made at all without taking into view indirect and remote considerations, which will rarely prevail over the immediate interest which one party may find in disregarding the rights of another or the good of the whole.

The inference to which we are brought is, that the CAUSES of faction cannot be removed, and that relief is only to be sought in the means of controlling its EFFECTS.

If a faction consists of less than a majority, relief is supplied by the republican principle, which enables the majority to defeat its sinister views by regular vote. It may clog the administration, it may convulse the society; but it will be unable to execute and mask its violence under the forms of the Constitution. When a majority is included in a faction, the form of popular government, on the other hand, enables it to sacrifice to its ruling passion or interest both the public good and the rights of other citizens. To secure the public good and private rights against the danger of such a faction, and at the same time to preserve the spirit and the form of popular government, is then the great object to which our inquiries are directed. Let me add that it is the great desideratum by which this form of government can be rescued from the opprobrium under which it has so long labored, and be recommended to the esteem and adoption of mankind.

By what means is this object attainable? Evidently by one of two only. Either the existence of the same passion or interest in a majority at the same time must be prevented, or the majority, having such coexistent passion or interest, must be rendered, by their number and local situation, unable to concert and carry into effect schemes of oppression. If the impulse and the opportunity be suffered to coincide, we well know that neither moral nor religious motives can be relied on as an adequate control. They are not found to be such on the injustice and violence of individuals, and lose their efficacy in proportion to the number combined together, that is, in proportion as their efficacy becomes needful.

From this view of the subject it may be concluded that a pure democracy, by which I mean a society consisting of a small number of citizens, who assemble and administer the government in person, can admit of no cure for the mischiefs of faction. A common passion or interest will, in almost every case, be felt by a majority of the whole; a communication and concert result from the form of government itself; and there is nothing to check the inducements to sacrifice the weaker party or an obnoxious individual. Hence it is that such democracies have ever been spectacles of turbulence and contention; have ever been found incompatible with personal security or the rights of property; and have in general been as short in their lives as they have been violent in their deaths. Theoretic politicians, who have patronized this species of government, have erroneously supposed that by reducing mankind to a perfect equality in their political rights, they would, at the same time, be perfectly equalized and assimilated in their possessions, their opinions, and their passions.

A republic, by which I mean a government in which the scheme of representation takes place, opens a different prospect, and promises the cure for which we are seeking. Let us examine the points in which it varies from pure democracy, and we shall comprehend both the nature of the cure and the efficacy which it must derive from the Union.

The two great points of difference between a democracy and a republic are: first, the delegation of the government, in the latter, to a small number of citizens elected by the rest; secondly, the greater number of citizens, and greater sphere of country, over which the latter may be extended.

The effect of the first difference is, on the one hand, to refine and enlarge the public views, by passing them through the medium of a chosen body of citizens, whose wisdom may best discern the true interest of their country, and whose patriotism and love of justice will be least likely to sacrifice it to temporary or partial considerations. Under such a regulation, it may well happen that the public voice, pronounced by the representatives of the people, will be more consonant to the public good than if pronounced by the people themselves, convened for the purpose. On the other hand, the effect may be inverted. Men of factious tempers, of local prejudices, or of sinister designs, may, by intrigue, by corruption, or by other means, first obtain the suffrages, and then betray the interests, of the people. The question resulting is, whether small or extensive republics are more favorable to the election of proper guardians of the public weal; and it is clearly decided in favor of the latter by two obvious considerations:

In the first place, it is to be remarked that, however small the republic may be, the representatives must be raised to a certain number, in order to guard against the cabals of a few; and that, however large it may be, they must be limited to a certain number, in order to guard against the confusion of a multitude. Hence, the number of representatives in the two cases not being in proportion to that of the two constituents, and being proportionally greater in the small republic, it follows that, if the proportion of fit characters be not less in the large than in the small republic, the former will present a greater option, and consequently a greater probability of a fit choice.

In the next place, as each representative will be chosen by a greater number of citizens in the large than in the small republic, it will be more difficult for unworthy candidates to practice with success the vicious arts by which elections are too often carried; and the suffrages of the people being more free, will be more likely to centre in men who possess the most attractive merit and the most diffusive and established characters.

It must be confessed that in this, as in most other cases, there is a mean, on both sides of which inconveniences will be found to lie. By enlarging too much the number of electors, you render the representatives too little acquainted with all their local circumstances and lesser interests; as by reducing it too much, you render him unduly attached to these, and too little fit to comprehend and pursue great and national objects. The federal Constitution forms a happy combination in this respect; the great and aggregate interests being referred to the national, the local and particular to the State legislatures.

The other point of difference is, the greater number of citizens and extent of territory which may be brought within the compass of republican than of democratic government; and it is this circumstance principally which renders factious combinations less to be dreaded in the former than in the latter. The smaller the society, the fewer probably will be the distinct parties and interests composing it; the fewer the distinct parties and interests, the more frequently will a majority be found of the same party; and the smaller the number of individuals composing a majority, and the smaller the compass within which they are placed, the more easily will they concert and execute their plans of oppression. Extend the sphere, and you take in a greater variety of parties and interests; you make it less probable that a majority of the whole will have a common motive to invade the rights of other citizens; or if such a common motive exists, it will be more difficult for all who feel it to discover their own strength, and to act in unison with each other. Besides other impediments, it may be remarked that, where there is a consciousness of unjust or dishonorable purposes, communication is always checked by distrust in proportion to the number whose concurrence is necessary.

Hence, it clearly appears, that the same advantage which a republic has over a democracy, in controlling the effects of faction, is enjoyed by a large over a small republic,--is enjoyed by the Union over the States composing it. Does the advantage consist in the substitution of representatives whose enlightened views and virtuous sentiments render them superior to local prejudices and schemes of injustice? It will not be denied that the representation of the Union will be most likely to possess these requisite endowments. Does it consist in the greater security afforded by a greater variety of parties, against the event of any one party being able to outnumber and oppress the rest? In an equal degree does the increased variety of parties comprised within the Union, increase this security. Does it, in fine, consist in the greater obstacles opposed to the concert and accomplishment of the secret wishes of an unjust and interested majority? Here, again, the extent of the Union gives it the most palpable advantage.

The influence of factious leaders may kindle a flame within their particular States, but will be unable to spread a general conflagration through the other States. A religious sect may degenerate into a political faction in a part of the Confederacy; but the variety of sects dispersed over the entire face of it must secure the national councils against any danger from that source. A rage for paper money, for an abolition of debts, for an equal division of property, or for any other improper or wicked project, will be less apt to pervade the whole body of the Union than a particular member of it; in the same proportion as such a malady is more likely to taint a particular county or district, than an entire State.

In the extent and proper structure of the Union, therefore, we behold a republican remedy for the diseases most incident to republican government. And according to the degree of pleasure and pride we feel in being republicans, ought to be our zeal in cherishing the spirit and supporting the character of Federalists.

Publius

FEDERALIST 51

Cấu Trúc Chính Quyền Phải Tạo Được Cơ Chế "Kìm Soát Và Đối Trọng" Thực Sự Giữa Các Bộ Phận

James Madison hoặc **Alexander Hamilton***

Thưa Đồng Bào Tiểu Bang New York,

Rốt cuộc chúng ta sẽ trông cậy vào công cụ NÀO để trên thực tế duy trì được sự chia tách quyền lực cần thiết giữa các bộ phận như đã chỉ định trong Hiến Pháp? Vì tất cả các biện pháp phòng tránh từ bên ngoài đã thấy sẽ không đủ hiệu lực, câu trả lời duy nhất chỉ có thể là phải bằng cách tạo ra một cấu trúc nội tại của chính quyền sao cho các bộ phận cấu thành, thông qua sự tương tác giữa chúng với nhau, trở thành các phương tiện giữ cho mỗi bộ phận ở nguyên trong các vị trí riêng của chúng. Tôi không dám đi sâu vào toàn bộ quá trình hình thành ý tưởng quan trọng này, nhưng sẽ cố trình bày một số nhận định khái quát có thể làm cho ý tưởng dễ hiểu hơn và giúp chúng ta có nhận thức đúng hơn về các nguyên lý và cấu trúc của chính quyền do Hội Nghị [1] thiết kế.

Để đặt được nền móng đúng đắn cho sự thực thi các quyền lực một cách khác nhau và tách biệt - điều mà tất cả mọi người trong một chừng mực nào đó cùng thừa nhận là điều cốt tử để bảo tồn tự do - thì điều hiển nhiên là mỗi bộ phận phải có một ý chí riêng biệt; và, vì thế, phải được cấu tạo sao cho các thành viên trong mỗi bộ phận có khả năng tác động ít nhất có thể vào sự hình thành thành viên của

1. Tức hội nghị lập hiến tại Philadelphia.

các bộ phận khác. Nếu nguyên tắc này được tuân thủ nghiêm ngặt, mọi sự bổ nhiệm cho các vị trí cao nhất của hành pháp, lập pháp và tư pháp buộc phải bắt nguồn từ cùng một nguồn thẩm quyền, đó là nhân dân, thông qua các kênh không có bất cứ trao đổi gì với nhau. Có lẽ một dự án xây dựng các bộ phận như thế khi được triển khai vào thực tế sẽ bớt khó khăn hơn so với lúc còn nằm trên bản vẽ. Tuy nhiên, sẽ phải có thêm một số khó khăn và một số chi phí thêm trong khi thực hiện. Do đó, chúng ta sẽ phải chấp nhận một số sai lệch nào đó so với nguyên tắc ban đầu [2]. Đặc biệt, khi xây dựng bộ phận tư pháp, sẽ không khôn ngoan nếu cứ nhất nhất giữ cho bằng được nguyên tắc, vì: thứ nhất, điều cốt yếu của tư pháp nằm ở những phẩm chất đặc biệt của các thành viên, nên quan tâm hàng đầu phải là cách thức chọn lựa sao cho đảm bảo các thành viên tư pháp có được những phẩm chất đặc biệt đó; thứ hai, vì cấu trúc thẩm quyền vô thời hạn [3] của các chức vụ trong bộ phận này chắc chắn sẽ sớm diệt đi tất cả mọi cảm giác lệ thuộc vào thẩm quyền đã bổ nhiệm họ [4].

Một điều hiển nhiên nữa là lương bổng liên quan tới chức vụ của các thành viên trong mỗi bộ phận càng ít phụ thuộc vào thành viên của các bộ phận khác thì càng tốt. Ví dụ, nếu lương bổng của tổng thống hoặc của thẩm phán lại không có sự độc lập khỏi lập pháp thì sự độc lập của họ trong mọi vấn đề khác chỉ còn danh nghĩa mà thôi.

Nhưng biện pháp an ninh tốt nhất để chống lại sự tập trung dần

2. Ở đây ý tác giả nhắc lại lập luận đã nói trong FP 47, 48 rằng "tam quyền phân lập" không có nghĩa là tách biệt, khác nhau một cách tuyệt đối giữa ba nhánh lập pháp, hành pháp, tư pháp.

3. Xem *Thuật ngữ* mục "Nhiệm kỳ phẩm hạnh".

4. Vì theo nguyên tắc chung của "cộng hòa", khác với "quân chủ", các chức vụ công quyền phải có hai đặc tính: do nhân dân lập ra và có thời hạn nhất định. Nhưng ở đây "nhiệm kỳ phẩm hạnh" (được giữ quyền vô thời hạn dành cho các thẩm phán của Tối Cao Pháp Viện) không tuân thủ nguyên tắc chung.

dẫn tất cả các quyền lực khác nhau vào cùng một bộ phận là phải cho những người điều hành mỗi bộ phận có hai thứ: một, các công cụ hiến pháp cần thiết; hai, những động lực cá nhân để chống lại các xâm lấn của các bộ phận khác. Phương tiện tự vệ trong lĩnh vực này, cũng như ở mọi lĩnh vực khác, phải được chế tạo sao cho có uy lực tương xứng với nguy cơ bị tấn công. Tham vọng phải tạo ra để đối lại tham vọng [5]. Lợi ích, ham muốn của kẻ lãnh đạo phải bị gắn với các quyền hiến định đã lập. Những kỹ thuật như thế là cần thiết để kiềm chế các quá trớn của chính quyền, có lẽ, là bởi chúng đã được rút ra từ một suy ngẫm nào đó về bản thể con người. Nhưng bản thân chính quyền là gì nếu không phải là suy tư vĩ đại nhất về bản thể người? Nếu con người là thiên thần, chính quyền sẽ thừa. Nếu thiên thần quản trị con người, các phương tiện kiểm soát chính quyền, cả trong lẫn ngoài, đều không cần [6]. Nhưng khi phải thiết kế một chính quyền để con người quản trị con người thì nan giải lớn nhất nằm ở đây: đầu tiên phải tạo điều kiện để chính quyền kiểm soát được

5. Ở đây chúng ta cần xem lại một đoạn trong *De l'esprit des lois* của Montesquieu xuất bản năm 1748 ở Chương XI, 4 "*...mais c'est une expérience éternelle que tout homme qui a du pouvoir est porté à en abuser; il va jusqu'à ce qu'il trouve des limites. Qui le dirait! la vertu même a besoin des limites. Pour qu'on ne puisse abuser du pouvoir, il faut que, par la disposition des choses, le pouvoir arrête le pouvoir.*" - "*...đó thuộc về một kinh nghiệm muôn thuở rằng mọi kẻ có quyền lực đều sẽ lạm dụng quyền lực hết mức cho tới tận khi thấy bị giới hạn. Đó là qui luật! Vì đạo đức cũng phải cần có giới hạn cơ mà. Để người ta không thể lạm dụng được quyền lực, cần phải tạo ra quyền lực để ngăn chặn quyền lực, như bản chất thường tình của sự vật.*" John Adams (1735-1826), một nhà lập quốc Hoa Kỳ và là tổng thống thứ hai của Hoa Kỳ cũng có phát biểu tương tự vào năm 1778 khi bàn về chính quyền: "*Orders of men, watching and balancing each other, are the only security; power must be opposed to power, and interest to interest.*" - "*Các nhóm người khác nhau, cảnh giới và đối trọng lẫn nhau, là biện pháp an ninh duy nhất; quyền lực phải chống lại quyền lực, và quyền lợi chống lại quyền lợi.*" PHS dịch. A.A.

6. Ý này giống ý của Jean Jacques Rousseau viết trong *Du Contrat social*, Tập III, Phần 4 "*S'il y avait un peuple de Dieux, il se gouvernerait Démocratiquement. Un gouvernement si parfait ne convient pas à des hommes.*" - "*Nếu có một dân tộc Thần Thánh, họ sẽ tự quản trị một cách Dân Chủ. Một chính quyền hoàn hảo như thế không phù hợp với loài người.*" PHS dịch. A.A.

người bị trị; tiếp theo là phải buộc được chính quyền tự kiểm soát chính nó. Không còn nghi ngờ gì, kiểm soát cơ bản đối với chính quyền là bắt nó phải lệ thuộc vào nhân dân; nhưng kinh nghiệm đã dạy nhân loại rằng phải cần thêm một biện pháp phụ trợ nữa.

Biện pháp này, có thể thấy trong các hệ thống của con người, ở cả việc công lẫn việc tư, là bù đắp cho sự thiếu hụt động lực tử tế bằng các quyền lợi, ham muốn đối ngược và kình địch. Chúng ta thấy điều này đã được thể hiện rõ trong mọi sự phân bổ quyền lực lệ thuộc có một mục đích không đổi là nhằm phân chia, sắp xếp các chức vụ sao cho mỗi chức vụ là một sự kìm soát của chức vụ khác khiến cho quyền lợi riêng của từng cá nhân trở thành một kẻ canh chừng cho các quyền lợi chung. Những sáng tạo khôn ngoan như thế không thể nào lại không rất cần cho việc phân bổ các quyền lực tối cao của Nhà Nước.

Nhưng chúng ta không thể tạo cho mỗi bộ phận một sức mạnh bằng nhau để tự vệ. Trong chính thể cộng hòa, thẩm quyền lập pháp vượt hẳn các thẩm quyền khác là điều không tránh được. Cách chữa trị sự bất tiện này là phải chia lập pháp thành nhiều nhánh khác nhau; và dùng cách bầu chọn khác nhau cùng các nguyên tắc hoạt động khác nhau khiến cho sự liên hệ giữa chúng được giảm thiểu tối đa miễn là các chức năng chung và sự lệ thuộc chung của chúng đối với xã hội không bị ảnh hưởng [7]. Thậm chí còn phải cần thêm những biện pháp khác để chống lại các xâm lấn nguy hiểm. Trong khi trọng lượng đặc biệt [8] của lập pháp khiến nó cần phải bị phân

7. Nghĩa là làm giảm sự câu kết tối đa giữa các bộ phận lập pháp nhưng vẫn phải duy trì được các chức năng chính của chúng và chúng vẫn phải là kết quả từ ý nguyện của dân chúng. Đó là lý luận cho mô hình lập pháp gồm 2 viện (bicameral), nhưng các diễn tiến chính trị sau này của nhân loại cho thấy không nhất thiết phải tách nhánh lập pháp ra làm hai mà vẫn đảm bảo nhánh lập pháp không lộng quyền.

8. Tác giả ngụ ý về số lượng thành viên của cơ quan lập pháp thường lớn hơn nhiều so với hành pháp, tư pháp.

chia ra, thì sự yếu ớt của hành pháp lại đòi hỏi nhánh này phải được tăng thêm quyền lực. Mới nhìn qua, quyền phủ quyết tuyệt đối [9] trên lập pháp là một phòng vệ tự nhiên cần trang bị cho lãnh đạo hành pháp. Nhưng có lẽ biện pháp này vừa chưa an toàn vừa chưa đủ mạnh. Bình thường, nó có thể không được áp dụng một cách đủ cương quyết, nhưng lại dễ bị lạm dụng một cách nguy hiểm trong những hoàn cảnh đặc biệt. Phải chăng khiếm khuyết này của phủ quyết tuyệt đối không thể bù đắp bằng một liên kết phù hợp nào đó giữa bộ phận yếu ớt này [10] và nhánh yếu hơn trong bộ phận lớn nhất [11], qua đó nhánh nói sau sẽ hỗ trợ các quyền hiến định của bộ phận nói trước nhưng không quá tách rời khỏi các quyền của bản thân? [12]

Nếu các nguyên lý nền tảng của các nhận định trên là đúng đắn như tôi nghĩ và nếu chúng được trở thành tiêu chuẩn cho các bản hiến pháp Tiểu Bang và cho cả bản Hiến Pháp liên bang, chúng ta sẽ thấy là nếu bản sau không đáp ứng hoàn toàn với các nguyên lý đó thì các bản trước lại càng vô cùng thiếu khả năng hơn.

Ngoài ra, có hai cách nhìn đặc biệt cho thấy hệ thống liên bang Mỹ là một hệ thống cực kỳ thú vị.

---

9. "phủ quyết tuyệt đối" (absolute negative) là quyền bác bỏ không thể lật lại - là đề xuất của chính Madison trong hội nghị Philadelphia nhưng đã bị bác bỏ. Sau này quyền phủ quyết của hành pháp (tổng thống) là quyền tương đối vì quốc hội có thể vượt qua bằng một lần biểu quyết mới với sự đồng thuận của ít nhất 2/3 thành viên của cả hai viện. A.A.

10. Tức nhánh hành pháp.

11. Tức nhánh lập pháp.

12. Để dễ hình dung hơn trong đoạn lý luận này, chúng ta có thể cụ thể hóa như thế này: tác giả đang giả thiết sẽ tạo lập một quan hệ tương tác giữa hành pháp và thượng viện (nhánh yếu hơn của lập pháp) để khi cần thượng viện sẽ cho tiếng nói ủng hộ quyết định đối với hành pháp nhưng sự ủng hộ đó của thượng viện lại không đi quá xa các quyền lập pháp. Ý tưởng này đã được hiện thực hóa trong Hiến Pháp Mỹ, ví dụ Điều 1 khoản 3 cho phép thượng viện giữ quyền xét xử mọi *đàn hặc-impeachment* (ví dụ đối với tổng thống) do hạ viện đề xuất - nghĩa là có thể vạ viện muốn phế truất tổng thống nhưng thượng viện khi xét xử lại không đồng ý - tức bảo vệ tổng thống.

Thứ Nhất. Trong một nước cộng hòa riêng biệt thì tất cả mọi quyền lực mà nhân dân đã nhượng bỏ [13] sẽ được giao cho một chính quyền duy nhất quản lý; và các thoán đoạt quyền lực được phòng chống bằng cách chia tách chính quyền thành nhiều bộ phận riêng biệt, khác nhau. Trong nước cộng hòa phức hợp của Mỹ, quyền lực do người dân nhượng bỏ trước tiên được phân cho hai chính quyền khác nhau, rồi sau mới chia cho các bộ phận phụ thuộc nằm trong các bộ phận khác nhau, riêng biệt. Thành ra có một an ninh kép cho các quyền của người dân. Hai chính quyền sẽ kiểm soát lẫn nhau, đồng thời mỗi chính quyền sẽ bị kiểm soát bởi chính nó.

Thứ Hai. Điều tối quan trọng trong một nước cộng hòa không chỉ là việc bảo vệ xã hội chống lại trấn áp của những kẻ cầm quyền mà còn phải bảo vệ từng nhóm xã hội khỏi sự xâm hại của các nhóm xã hội khác. Các tầng lớp công dân khác nhau tất yếu sẽ có những ham muốn và lợi ích khác nhau. Nếu một lợi quyền chung nào đó tạo ra một đa số, khi đó các quyền của nhóm thiểu số sẽ không an toàn [14]. Chỉ có hai cách chống lại ác họa này: một, tạo ra một ý chí trong cộng đồng độc lập với đa số, nghĩa là độc lập với chính xã hội; cách kia, làm cho xã hội hình thành nhiều nhóm công dân thật riêng biệt tới mức khiến cho các kết hợp bất chính muốn thành đa số rất khó thực thi, nếu như không phải bất khả thi. Cách thứ nhất nằm ngay trong tất cả các chính quyền có quyền lực thế tập hoặc quyền lực tự trao. Nhưng cách này, khi tốt nhất, chỉ là một an ninh

13. Nguyên văn "All the power surrendered by the people". Từ "surrender" nghĩa đen là "đầu hàng", "từ bỏ", "giao nộp" với ý buộc chấp nhận trong hoàn cảnh hết khả năng. Cách dùng từ này của tác giả có thể xuất phát từ triết lý chính trị cho rằng người dân không thể tự dùng quyền lực của bản thân trong việc điều hành cộng đồng (như nền dân chủ sơ khai của Hy Lạp cổ), nhân dân buộc phải từ bỏ quyền lực đó cho một số người khác thay mình thực hiện nếu muốn có một xã hội được quản trị tốt.

14. Đoạn này lại cho thấy quan điểm của các tác giả *The Federalist*, nhất là James Madison (thể hiện trong FP 10) rất e ngại sự độc tài của đa số và rất lưu tâm tới quyền của thiểu số.

bấp bênh; vì một quyền lực độc lập với xã hội có thể câu kết với cả quan điểm bất chính của nhóm đa số và cả các quyền lợi đúng đắn của nhóm thiểu số rồi có thể quay ra chống lại cả hai. Cách thứ hai sẽ được thể hiện trong nước cộng hòa liên bang Hợp Chúng Quốc [15]. Trong khi mọi uy quyền của nước cộng hòa này được tạo dựng từ và lệ thuộc vào xã hội, bản thân xã hội lại được phân chia thành rất nhiều nhóm, quyền lợi và các tầng lớp khác nhau khiến cho các quyền cá nhân, các quyền của thiểu số khó bị đe dọa bởi các manh tâm của đa số. Trong một chính thể tự do, an ninh cho các quyền dân sự phải giống như an ninh cho các quyền tôn giáo. An ninh cho các quyền trước nằm trong tính đa dạng của quyền lợi, còn trường hợp sau từ sự đa dạng của giáo phái. Mức độ an ninh của cả hai phụ thuộc vào số các quyền lợi và giáo phái, những điều được cho là phụ thuộc vào qui mô rộng lớn của đất nước và số lượng dân chúng sống trong cùng một chính quyền. Cách nhìn này chắc chắn đã giúp những người bạn chân thành và cẩn trọng của chính thể cộng hòa nhận thấy một hệ thống liên bang đúng đắn vì nó chỉ ra một cách chính xác rằng khi lãnh thổ của Liên Hiệp được chia thành nhiều Bang Liên nhỏ hơn hoặc thành nhiều Nhà Nước, các ý đồ trấn áp của một đa số sẽ dễ dàng thực hiện: sự đảm bảo tốt nhất, với tính chất cộng hòa, cho quyền của mọi tầng lớp công dân sẽ bị suy yếu; và hệ quả là sự ổn định, độc lập của một viên chức nào đó trong chính quyền – bảo đảm duy nhất còn lại – sẽ cần phải được gia tăng một cách tương ứng [16]. Công lý là cứu cánh của chính quyền. Đó cũng là mục tiêu tối hậu của xã hội công dân. Mục tiêu này vẫn đang và sẽ

15. "the United States" tức Liên Bang Mỹ theo mô hình như hiến pháp dự thảo đề xuất.

16. Cả đoạn này có nghĩa dễ hiểu hơn là: Chia liên bang thành nhiều thực thể nhỏ sẽ gây mất an ninh cho các quyền tự do của đa số công dân, và để cân bằng lại hậu quả này sẽ cần phải tăng quyền lực và sự ổn định cho chính quyền – điều ngược với ý muốn của những người đang lo ngại bản dự thảo hiến pháp cho chính quyền liên bang quá nhiều quyền lực.

mãi được đeo đuổi cho tới khi thành tựu, hoặc cho tới khi tự do kiệt quệ hoàn toàn trên đường tìm kiếm. Trong các xã hội để cho bè phái mạnh dễ dàng hợp lực triệt hạ bè phái yếu, sự rối loạn vô chính phủ sẽ ngự trị giống như trong tự nhiên 'cá lớn nuốt cá bé' [17]; và, ngay những kẻ mạnh sống trong tình trạng sau, vì bất trắc, cũng sẽ phải viện tới bất kỳ chính quyền nào có khả năng bảo vệ kẻ yếu và bảo vệ chính họ; do đó, trong các xã hội vừa kể, những bè phái hay bè đảng mạnh nhất, với động cơ tương tự, cũng sẽ dần dần phải ước muốn có một chính quyền sẽ bảo vệ được tất cả mọi phe phái, yếu cũng như mạnh. Chẳng còn mấy nghi ngờ, rằng nếu Tiểu Bang Rhode Island [18] bị tách khỏi Bang Liên và bị bỏ mặc một mình, sự mất an ninh của các quyền dưới *chính thể bình dân* [19] trong một qui mô nhỏ hẹp như thế sẽ bị phơi bày bởi những trấn áp của các bè phái chiếm đa số tái diễn tới mức chính các bè phái đã cai trị bất công sẽ kêu gọi phải sớm có một quyền lực hoàn toàn độc lập của nhân dân mà chính sự cai trị bất công của họ đã chứng tỏ sự cần thiết của quyền lực này. Nhưng trong nước cộng hòa rộng lớn của Hợp Chúng Quốc và trong sự đa dạng mênh mông của các quyền lợi, bè đảng và giáo phái khác nhau mà nước cộng hòa này bảo bọc, một liên minh đa số của toàn xã hội rất khó có thể hình thành với những nguyên tắc khác với các nguyên tắc dựa trên sự công bình và phúc lợi chung; thành ra vừa có ít đe dọa hơn cho nhóm thiểu số trước ý chí của nhóm đa số, vừa ít có lý cớ an ninh dành cho nhóm thiểu số để chính quyền thực thi những ý muốn bất lệ thuộc vào nhóm đa số, hay, nói cách khác, những ý muốn không bị ràng buộc vào chính xã hội. Dầu những ý kiến trái ngược vẫn tồn tại, điều vừa chắc chắn vừa quan trọng là xã

17. Nguyên văn "the weaker individual is not secured against the violence of the stronger".

18. Rhode Island là tiểu bang có kích thước rất nhỏ so với các tiểu bang khác và là tiểu bang duy nhất không gửi đại diện tham dự hội nghị (lập hiến) Philadelphia.

19. "popular form of government". Xem *Thuật ngữ* mục "Chính thể bình dân".

hội càng mở rộng trong một không gian hợp lý, xã hội càng có nhiều khả năng hơn trong sự tự quản. Thật đáng mừng cho SỰ NGHIỆP CỘNG HÒA, không gian hợp lý đó lại có giới hạn vô cùng lớn nhờ sự điều chỉnh và phối hợp sáng suốt của NGUYÊN LÝ LIÊN BANG.

Publius

* Trong bảy (7) nguồn người dịch tham khảo (nêu trong Lưu ý về bản dịch) có ba (3) nguồn (www.constitution.org; oll.libertyfund.org; bản dịch Pháp văn *Le Fédéraliste* của Anne Amiel) ghi tác giả bài này là James Madison. Bốn (4) nguồn còn lại đều giữ sự nghi hoặc giữa James Madison và Alexander Hamilton. Ở đây người dịch theo những tồn nghi này. Nhưng tại sao lại để tên James Madison trước Alexander Hamilton? Việc xếp đặt này dựa trên nghiên cứu công phu và lập luận rất chặt chẽ và nhân bản của Jacob E. Cooke (người biên soạn cuốn *The Federalist* xuất bản năm 1961).

(Bài này xuất bản lần đầu trên báo *The Independent Journal* ngày 06 tháng Hai 1788. Trên các báo *The New York Packet* ngày 08 tháng Hai 1788, *The Daily Advertiser* ngày 11 tháng Hai 1788. Bài này được đánh số 51 trong sách của Nhà McLean, số 50 trên các báo đã nói.)

FEDERALIST No. 51

To the People of the State of New York:

TO WHAT expedient, then, shall we finally resort, for maintaining in practice the necessary partition of power among the several departments, as laid down in the Constitution? The only answer that can be given is, that as all these exterior provisions are found to be inadequate, the defect must be supplied, by so contriving the interior structure of the government as that its several constituent parts may, by their mutual relations, be the means of keeping each other in their proper places. Without presuming to undertake a full development of this important idea, I will hazard a few general observations, which may perhaps place it in a clearer light, and enable us to form a more correct judgment of the principles and structure of the government planned by the convention.

In order to lay a due foundation for that separate and distinct exercise of the different powers of government, which to a certain extent is admitted on all hands to be essential to the preservation of liberty, it is evident that each department should have a will of its own; and consequently should be so constituted that the members of each should have as little agency as possible in the appointment of the members of the others. Were this principle rigorously adhered to, it would require that all the appointments for the supreme executive, legislative, and judiciary magistracies should be drawn from the same fountain of authority, the people, through channels having no communication whatever with one another. Perhaps such a plan of constructing the several departments would be less difficult in practice than it may in contemplation appear. Some difficulties, however, and some additional expense would attend the execution of it. Some deviations, therefore, from the principle must be admitted. In the constitution of the judiciary department in particular, it might be inexpedient to insist rigorously on the principle: first, because peculiar qualifications being essential in the members, the primary consideration ought to be to select that mode of choice which best secures these qualifications; secondly, because the permanent tenure by which the appointments are held in that department, must soon destroy all sense of dependence on the authority conferring them.

It is equally evident, that the members of each department should be as little dependent as possible on those of the others, for the emoluments annexed to their offices. Were the executive magistrate, or the judges, not independent of the legislature in this particular, their independence in every other would be merely nominal.

But the great security against a gradual concentration of the several powers in the same department, consists in giving to those who administer each department the necessary constitutional means and personal motives to resist encroachments of the others. The provision for defense must in this, as in all other cases, be made commensurate to the danger of attack. Ambition must be made to counteract ambition. The interest of the man must be connected with the constitutional rights of the place. It may be a reflection on human nature, that such devices should be necessary to control the abuses of government. But what is government itself, but the greatest of all reflections on human nature? If men were angels, no government would be necessary. If angels were to govern men, neither external nor internal controls on government would be necessary. In framing a government which is to be administered by men over men, the great difficulty lies in this: you must first enable the government to control the governed; and in the next place oblige it to control itself. A dependence on the people is, no doubt, the primary control on the government; but experience has taught mankind the necessity of auxiliary precautions.

This policy of supplying, by opposite and rival interests, the defect of better motives, might be traced through the whole system of human affairs, private as well as public. We see it particularly displayed in all the subordinate distributions of power, where the constant aim is to divide and arrange the several offices in such a manner as that each may be a check on the other that the private interest of every individual may be a sentinel over the public rights. These inventions of prudence cannot be less requisite in the distribution of the supreme powers of the State.

But it is not possible to give to each department an equal power of self-defense. In republican government, the legislative authority necessarily predominates. The remedy for this inconveniency is to divide the legislature into different branches; and to render them, by different modes of election and different principles of action, as little connected with each other as the nature of their common functions and their common dependence on the society will admit. It may even be necessary to guard against dangerous encroachments by still further precautions. As the weight of the legislative authority requires that it should be thus divided, the weakness of the executive may require, on the other hand, that it should be fortified. An absolute negative on the legislature appears, at first view, to be the natural defense with which the executive magistrate should be armed. But perhaps it would be neither altogether safe nor alone sufficient. On ordinary occasions it might not be exerted with the requisite firmness, and on extraordinary occasions it might be perfidiously abused. May not this defect of an absolute negative be supplied by some qualified connection between this weaker department and the weaker branch of the stronger department, by which the latter may be led to support the constitutional rights of the former, without being too much detached from the rights of its own department?

If the principles on which these observations are founded be just, as I persuade myself they are, and they be applied as a criterion to the several State constitutions, and to the federal Constitution it will be found that if the latter does not perfectly correspond with them, the former are infinitely less able to bear such a test.

There are, moreover, two considerations particularly applicable to the federal system of America, which place that system in a very interesting point of view.

First. In a single republic, all the power surrendered by the people is submitted to the administration of a single government; and the usurpations are guarded against by a division of the government into distinct and separate departments. In the compound republic of America, the power surrendered by the people is first divided between two distinct governments, and then the portion allotted to each subdivided among distinct and separate departments. Hence a double security arises to the rights of the people. The different governments will control each other, at the same time that each will be controlled by itself.

Second. It is of great importance in a republic not only to guard the society against the oppression of its rulers, but to guard one part of the society against the injustice of the other part. Different interests necessarily exist in different classes of citizens. If a majority be united by a common interest, the rights of the minority will be insecure. There are but two methods of providing against this evil: the one by creating a will in the community independent of the majority that is, of the society itself; the other, by comprehending in the society so many separate descriptions of citizens as will render an unjust combination of a majority of the whole very improbable, if not impracticable. The first method prevails in all governments possessing an hereditary or self-appointed authority. This, at best, is but a precarious security; because a power independent of the society may as well espouse the unjust views of the major, as the rightful interests of the minor party, and may possibly be turned against both parties. The second method will be exemplified in the federal republic of the United States. Whilst all authority in it will be derived from and dependent on the society, the society itself will be broken into so many parts, interests, and classes of citizens, that the rights of individuals, or of the minority, will be in little danger from interested combinations of the majority. In a free government the security for civil rights must be the same as that for religious rights. It consists in the one case in the multiplicity of interests, and in the other in the multiplicity of sects. The degree of security in both cases will depend on the number of interests and sects; and this may be presumed to depend on the extent of country and number of people comprehended under the same government. This view of the subject must particularly recommend a proper federal system to all the sincere and considerate friends of republican government, since it shows that in exact proportion as the territory of the Union may be formed into more circumscribed Confederacies, or States oppressive combinations of a majority will be facilitated: the best security, under the republican forms, for the rights of every class of citizens, will be diminished: and consequently the stability and independence of some member of the government, the only other security, must be proportionately increased. Justice is the end of government. It is the end of civil society. It ever has been and ever will be pursued until it be obtained, or until liberty be lost in the pursuit. In a society under the forms of which the stronger faction can readily unite and oppress the weaker, anarchy may as truly be said to reign as in a state of nature, where the weaker individual is not secured against the violence of the stronger; and as, in the latter state, even the stronger individuals are prompted, by the uncertainty of their condition, to submit to a government which may protect the weak as well as themselves; so, in the former state, will the more powerful factions or parties be gradually induced, by a like motive, to wish for a government which will protect all parties, the weaker as well as the more powerful. It can be little doubted that if the State of Rhode Island was separated from the Confederacy and left to itself, the insecurity of rights under the popular form of government within such narrow limits would be displayed by such reiterated oppressions of factious majorities that some power altogether independent of the people would soon be called for by the voice of the very factions whose misrule had proved the necessity of it. In the extended republic of the United States, and among the great variety of interests, parties, and sects which it embraces, a coalition of a majority of the whole society could seldom take place on any other principles than those of justice and the general good; whilst there being thus less danger to a minor from the will of a major party, there must be less pretext, also, to provide for the security of the former, by introducing into the government a will not dependent on the latter, or, in other words, a will independent of the society itself. It is no less certain than it is important, notwithstanding the contrary opinions which have been entertained, that the larger the society, provided it lie within a practical sphere, the more duly capable it will be of self-government. And happily for the REPUBLICAN CAUSE, the practicable sphere may be carried to a very great extent, by a judicious modification and mixture of the FEDERAL PRINCIPLE.

Publius

αΩαΩαΩα

www.ingramcontent.com/pod-product-compliance
Lightning Source LLC
LaVergne TN
LVHW040423051026
849517LV00002B/437